# வீசாரம்

# யுகபிரம்மன்

# அத்தியாயம் - 1

"நீங்கள் திரும்ப வருவீர்கள் தானே?

வருவேன்...நாளையே மீண்டும் வருவேன்"

நிச்சயமாக?....வருவீர்களா? உங்கள் வார்த்தையை நம்பி காத்திருக்கலாமா?

"நிச்சயம் உனக்காகவே வருவேன்!...எனது வாக்கை காப்பாற்றியே தீருவேன்...

"காத்திருக்கிறேன்"..

"உனது நம்பிக்கையை ஒருபோதும் நான் வீணடிக்க மாட்டேன். நீ வேறு நான் வேறு அல்ல... உடல்கள் வேண்டுமானால் இரண்டாக இருக்கலாம். ஆனால் நாம் இருவரின் உள்ளமும் ஒன்றறக் கலந்துவிட்ட, அந்த நொடிப்பொழுதில் இருந்து, "நீயும் நானும் வேறல்ல"! நமது தேசம் பல்லவ தேசம்" அதைக் காப்பாற்றும் பொறுப்பும் கடமையும் எனக்கும் இருக்கிறது! நம்பிக்கையை ஒருபோதும் இழக்காதே! ... "உனக்கு செய்து கொடுத்த சத்தியத்தை நிறைவேற்றிக் கொடுக்க உன்னைத் தேடி வந்தே தீருவேன்!....."

"ஒன்றை மட்டும் நினைவில் வைத்துக் கொள்ளுங்கள். நீங்கள் மட்டும் குறித்த நேரத்தில் வந்து சேரவில்லை என்றால்.."குறுநில மன்னரான எனது தந்தையின் தலை வெட்டி வீழ்த்தப்படும். இந்த ராஜ்ஜியம் அழிவுறும்! மக்கள் கொல்லப்படுவர்! பிறகு, அனைத்தும் பாழாய்

போய்விடும்!...அதைப்பார்த்துக் கொண்டு நான் உயிர் தப்ப மாட்டேன். பிறகு, எனது பிரேதத்தைக் கூட தாங்களால் காணமுடியாது!..

"எத்தகைய அபத்தமான சொல் இது!. எத்தனை தடைகள் குறுக்கே வந்தாலும், அதையெல்லாம் தவிடு போடியாக்கிவிட்டு நான் உன் முன்னால் தோன்றுவேன். நான் உனக்கு செய்து கொடுத்த சத்தியத்தினை நிறைவேற்றித் தருவேன். உனது ராஜ்ஜியத்தை உனக்கே மீட்டுத் தருவேன்.கொடுத்த வாக்கினை காப்பாற்ற எனது உயிரையும் கொடுக்க சித்தமாக இருக்கிறேன்.எனது வருகையை யாராலும் தடைசெய்ய இயலாது. நான் உனக்காக வருவேன்...வந்தே தீருவேன்!...இது உன் மீது ஆணை"!

வந்தே...

வ.....

வர்றீங்களா!.....

ஏங்க!.....;ஏங்க!...நீங்க வறீங்களா? வரலையா? ஏன் இப்படி தூக்க கலக்கத்துல உளறி கொட்டறீங்க..தெளிவா சொல்லுங்க...

கசங்கிய விழிகள் மீண்டும் மலர்ந்த போது எனது மனைவி யாழினியின் அழகிய மலர்ந்த முகம் தெரிந்தது!".....

ஏங்க!....உங்க கிட்ட தான் கேட்கிறேன்.... ரெண்டு நாளைக்கு முன்னாடியே உங்ககிட்ட சொல்லி இருந்தேன். மறந்துட்டிங்களா?...இன்னைக்கு தேதி பதி மூணு...

ஓ...மே 13 ஆ?....

தெரியும்..நீங்க மறந்து இருப்பீங்கன்னு...உங்களுக்கு உங்க ஆபிஸ் வேலை, மீட்டிங், வெளிநாடு போறது

அப்படின்னு உங்க சம்பந்தப்பட்ட விஷயம்தான் முக்கியம்...நீங்க ரொம்ப பிசியான ஆளு...அப்படித்தானே? "உங்களுக்கு எங்க குடும்பத்த பத்திய நெனைப்பு எப்படி இருக்கப்போகுது....உங்களுக்கு கல்யாணம் ஆகி பத்து வருஷம் ஆகுது...நமக்கு ரெண்டு பிள்ளைகள் இருக்காங்க...நான் உங்க மனைவி...நீங்க இப்ப இருக்கறது நாம வசிக்கிற வீட்ல...இதாவது ஞாபகம் இருக்கா? இல்ல இதுவும் கனவு மாதிரி தெரியுதா?

ஏய்!..என்ன இது?.....சாரிம்மா யாழினி!...என்ன மன்னிச்சிடு...கொஞ்சம் அசதி,....அதனால இரவெல்லாம் தூக்கமே இல்லை..அதான் கொஞ்சம் அசந்து தூங்கிட்டேன்..

ஹலோ...நீங்கள் தினமும் இப்படித்தான்..நைட்டு பூரா தூங்காம எதையாவது எழுதறேன், படிக்கறேன்னு கண் விழிச்சி, அப்புறம் லேட்டா தூங்கிட்டு, அடுத்த நாள் மதியம் ரெண்டு மணிக்கு எழுந்திருக்கிறீங்க...என்னமோ இன்னைக்கு மட்டும்தான் புதுசா லேட்டா எழுந்திரிக்கிற மாதிரி காரணம் சொல்றீங்க!....

ப்ளீஸ்....புரிஞ்சிக்கோ....எனக்கு தூக்கம் வரல... விடியற்காலை அஞ்சு மணிக்குதான் தூக்கம் வந்தது.... நான் என்ன செய்யட்டும்?

ஏன் அஞ்சி மணிக்கு தூங்குனீங்க... கூட ஒரு மணி நேரம் முழிச்சி இருந்தா அந்த சூரியன எழுப்பி விட்டுட்டு, ஒரே அடியா அப்புறம் தூங்கி இருக்கலாம் இல்ல?..

என்னம்மா இது!...கிண்டல் பண்றியே..

ஆமா, இந்த கெஞ்சல்ல ஒண்ணும் குறைச்சல் இல்ல!...."அம்மா கிம்மான்னு" கொஞ்சிப் பேசி பாசாங்கு பண்ற வேலை எங்கிட்ட வேணாம்! "வேலைக்காரி மொட்டை மாடியில துணிய காய போட்டுக்கிட்டு

இருக்கா...நீங்க எழுந்து குளிச்சி தயார் ஆகறதுக்குள்ள அவ மதிய சாப்பட்ட சமைச்சி வச்சிடுவா".... "நாளைக்கு எங்க அப்பா அம்மா ஊருக்கு போறாங்க, அவங்க கார் சர்வீஸ் விட்டு இருக்காங்களாம், நம்ம காரா எடுத்துகிட்டு போறதா சொல்லியிருக்காங்க... அதனால டிரைவர் கிட்ட சொல்லி காருக்கு பெட்ரோல் நிரப்பி வைக்கச் சொல்லுங்க.....கேஸ் காரன் வருவான், அவன்கிட்ட சொல்லி அடுத்த மாசத்துல இருந்து இன்னொரு சிலிண்டர எக்ஸ்ட்ரா போடச் சொல்லுங்க....நாங்க விழா முடிஞ்சி திரும்ப வர, எப்படியும் லேட் நைட் ஆகிடும்... அதனால அந்த வேலைக்காரிய மதியம் சாதம் வைக்கும்போதே கொஞ்சம் கூடுதலா சேத்து வைக்கச் சொல்லுங்க....ம்...அப்புறம் இன்னொரு முக்கியமான விஷயம்..."அவ பல்லக் காமிச்சி சிரிக்கிறா"...."இல்லன்னா குடும்ப கஷ்டத்த சொல்லி அழுதா" அப்படின்னு ஏதாவது பணத்த தூக்கி கொடுத்து வச்சிடாதீங்க...அவ ஏற்கனவே மூணு மாச சம்பளத்த முன்பணமாக வாங்கி இருக்குறா"... புரியுதா?

சரிம்மா....

ஆமா...சரி சரின்னு சொல்லுங்க...போதாக்குறைக்கு நான் சொல்றத அப்படியே கேட்டுக்கிற மாதிரி "பூம் பூம்" மாடு மாதிரி தலையையும் ஆட்டி வைங்க...ஆனா ஒண்ணயும் உருப்படியா பண்ணாதீங்க..

நான் இப்ப என்னதான் பண்ணட்டும்?....

நீங்க ஒண்ணும் பண்ண வேணாம்...கதவை சாத்திக்கோங்க...கார் சத்தம் கேக்குது..எங்க அப்பதான்னு நெனைக்கிறேன்....நான் கௌம்பறேன்...ம்..மறக்காம டாக்டர் நீலகண்டன் சார் கிளினிக்கு போயிட்டு வர மறந்துடாதீங்க..தொடர்ந்து மூன்று மாதம் சிகிச்சை எடுத்தாதான் நல்ல ரிசல்ட் கெடைக்கும்ன்னு

சொல்லியிருக்காரு..மறந்துடாதீங்க" உங்க ஹெல்த் ரொம்ப முக்கியம்! வழக்கம் போல அலட்சியமா இருந்துடாதீங்க"

சரி...நான் பாத்துக்கறேன்...நீ பத்திரமா போயிட்டு வா..

அவன் சொல்லை அவள் காதில் வாங்கும் தூரத்தில் இருந்தாலும், அவள் அதை பொருட்படுத்தியதாக தெரியவில்லை....விருட்டென்று நடைபோட்டு அந்த அறையில் இருந்து வெளியேறினாள் யாழினி.

படுக்கையில் இருந்து எழுந்து அமர்ந்த ஆதித்யாவுக்கு, தலையைச் சுற்றுவதுபோல் இருந்தது. அவன் இன்னமும் தூக்கத்தின் பிடியில் இருந்து மீளவில்லை என்றுதான் சொல்ல வேண்டும். அவன் கண்கள் இரண்டும் கோவப்பழ கணக்காய் சிவந்து இருந்தது! ... அதனால் சில நிமிடம் அந்த பெட்டிலேயே சோர்வாக அமர்ந்து கொண்டிருந்தான்!.

இது வழக்கமாக வரும் கனவுதான் என்றாலும், இன்று மட்டும் ஏனோ அவன் வெகுவாக இயல்புநிலை மாறி, நிம்மதி இழந்து ஒருவித சிந்தனைக்கு ஆட்பட்டு குழம்பிக் கொண்டிருந்தான்....

என்ன கனவு இது? ஒரு வகையான கனவு ஒருமுறை வந்தால் சரி..இருமுறை, மும்முறை வந்தாலும் சரி, இந்தக் கனவு தற்போது தொடர்ந்து மூன்றாண்டு காலமாக மீண்டும் தொடர்ச்சியாக அல்லவா வந்து கொண்டிருக்கிறது? அதுவும் ஒரே சம்பவத்தின் நிகழ்வாக இருந்து கொண்டிருக்கிறதே!"..

யார் அந்தப் பெண்? கனவில் வரும் அந்தப் பெண்ணுக்கும் நமக்கும் என்ன தொடர்பு? இதுபோன்ற கனவு நமக்கேன் வர வேண்டும்? ஒருவேளை எனக்கும் அந்தப் பெண்ணுக்கும் பூர்வ ஜென்ம தொடர்பு ஏதாவது

இருக்குமா? அப்படி இருந்தாலும், அதுபோன்ற ஒரு சம்பவம் கனவின் வழியாக ஏன் வர வேண்டும்?

மிகவும் குழப்பமாக இருந்தது ஆதித்யாவுக்கு...

"ஐயா!...ஐயா!"....என்ற வீட்டு வேலைக்காரியின் குரல் வெகு நேரமாக கேட்டுக் கொண்டிருக்க வேண்டும், படுசிந்தனையில் ஆழ்ந்திருந்த அவனுக்கு இப்போதுதான் அந்தக் குரல் அவன் செவிகளை எட்டி இருந்தது.

என்ன முனியம்மா! கூப்பிட்டாயா?

ஆமாங்க அய்யா!...மதிய உணவு தயார் பண்ணிட்டேன்....வேற ஏதாவது உங்களுக்கு வேணுமா?

ஒன்றும் வேண்டாம்...முடிந்தால் சாதம் மட்டும் கொஞ்சம் கூடுதலாக..என்று அவன் சொல்லி முடிப்பதற்குள் "வைத்துவிட்டேன் ஐயா...நம்ம அம்மா குணத்தை நன்றாக புரிந்து வைத்திருக்கிறேன். உங்களைப் பற்றியும் தெரியும்...இரவுக்கும் சேர்த்து சாதம் வடித்து விட்டேன்...ஒருவேளை மீந்துவிட்டால் எடுத்து பிரிஜில் வைத்து விடுங்கள்..இல்லையென்றால் அதற்காக அம்மாவிடம் நீங்கள் திட்டு வாங்க வேண்டி இருக்கும்' என்று நகைப்புடன் சொன்னாள் வேலைக்காரி..

நன்றி முனியம்மா..

சரிங்க ஐயா,,, நான் கிளம்புகிறேன்...

ம்...கதவை சாத்திவிட்டுப் போ....அப்படியே வெளி கேட்டில் இருக்கும் வாட்ச்மேனிடம் "யார் என்னை சந்திக்க வந்தாலும், ஐயாவுக்கு உடம்பு சரியில்லை" என்று சொல்லி அனுப்பி வைக்கச் சொல்"

சரிங்க ஐயா...என்று சொல்லிவிட்டு அங்கிருந்து கிளம்பினாள் முனியம்மா...

# அத்தியாயம் - 2

"அதே இடம்!"...அதே ரம்மியம் பொருந்திய அந்தி மாலைப்பொழுது.... கொட்டிக் கொண்டிருந்த அருவிகளின் சாரல் அந்தப் பகுதி முழுவதையும் குளிர்வித்து இருந்தது. பசுமையின் கொஞ்சலும், பூவினங்களின் வர்ண மாயாஜாலமும் அந்த இடத்தை ஒரு தேவலோகம் போல தோன்றச் செய்தது."

"எங்கு நோக்கினும் அவளை காண முடியவில்லை!"....

எவ்வளவு நேரம் சுற்றித் திரிவது?....

எங்கு சென்று இருப்பாள்?..

நம்மை வரச் சொல்லிவிட்டு, அவள் இங்கு காத்திருக்காமல் நம்மை மட்டும் அலைக்கழித்துக் கொண்டிருக்கிறாளே! என்று மீண்டும் தலையைத் திருப்பி சுற்றும் முற்றும் பார்த்தான் ஆதித்யா.

"இல்லை..நம்மீதுதான் தவறு இருக்கிறது!... இது நான் அவளை சந்திக்கும் வழக்கமான இடம் கிடையாது. நான் தான் அவளை தவறான இடத்தில் தேடிக் கொண்டிருக்கிறேன்....இது நிச்சயமாக அந்த இடம் அல்ல!...

"நான் நிச்சயம் இன்று அவளை சந்தித்தே ஆகவேண்டும்"...எப்படி? நிஜ உலகமாக இருந்தால் எப்படியாவது தேடிக் கண்டுபிடித்து விடலாம். ஆனால் இது க்னா உலகம் ஆயிற்றே?. அதுவும்

தவிர இங்கிருக்கும் இடங்கள் எல்லாம் ஒன்று போல தோன்றுகிறது. எந்தப் பக்கம் சென்றாலும், பழையபடி நான் நின்றுகொண்டிருக்கும் இதே இடத்துக்கே, திரும்ப திரும்ப சுற்றி வந்து நிற்க வேண்டிய நிர்பந்தம் ஏற்படுவது போல தோன்றுகிறதே! என்ன மாயம் இது? அவளை கண்டுபிடிப்பது எப்படி சாத்தியம்?.அந்த இடத்துக்கு எப்படி சென்று சேர்வது?..

எங்கென்று தேடுவது? இதுவரை நூறு தடவைக்கு மேல் சிரமப்பட்டு இந்த இடத்தினை கண்டுபிடித்து வந்து இருக்கிறேன்..ஆனால், நான் இத்தனை தடவை வந்து சேர்ந்த இடமெல்லாம் நான் தேடிக் கொண்டிருக்கும் இடத்தைப் போல மாயத் தோற்றம் கொண்டிருக்கிறது. ஆனால், அது நான் உண்மையில் தேடிக் கொண்டிருக்கும் இடம் அல்ல"..இப்படியே ஒவ்வொரு தடவையும் ஏமாற்றத்தோடு கனவு கலைந்து போகிறது"

"உங்களுக்கு என்ன நடக்கிறது என்று புரியவில்லை தானே? ஆம்..நானும் உங்களைப் போன்ற குழப்பத்தில்தான் இருக்கிறேன்..எனது கதையை விவரிக்கிறேன் கேளுங்கள்.. அப்போதுதான் நீங்கள் புரிந்து கொள்ளக் கூடும்"

"பத்து ஆண்டுகளுக்கு முன்புதான், அவளை முதன்முறையாக கனவில் சந்தித்து இருந்தேன். அதுதான் அவளுடனான எனது முதல் சந்திப்பு. அதுதான் நான் என் வாழ்வினில் செய்த பெரும் தவறும் கூட. சாதாரண கனவு தானே என்று அலட்சியமாக இருந்த எனக்கு அதுவே எனது வாழ்க்கையை புரட்டிப்போடும் பெரும் சதியாக அமையும் என்றும் துளியளவும் சிந்திக்கவில்லை!."

எல்லோருக்கும் கனவு வரும், போகும். அது நல்லதாக இருக்கும், கெட்டதாகவும் இருக்கும். பொதுவாக, கனவில் இறந்தவர்கள் வருவார்கள். சில கனவில் நாம் பறப்பது போல இருக்கும். நீரில் மூழ்கி இறப்பது, தீ பற்றி எரிவது,

நாய் துரத்துவது, பாம்பு கடிப்பது போன்ற பலவிதமான காட்சிகள் தோன்றக்கூடும். நம்மில் சிலருக்கு, ஏற்கனவே கண்ட சில கனவுகளே, திரும்ப திரும்ப சிலருக்கு வருவதுண்டு. அப்படி வரும் அத்தகையக் கனவை நாம் காணத் தொடங்கும்போதே அதில் வரும் மனிதர்கள், இடங்கள், காட்சிகள் நமக்கு ஏற்கனவே பரிச்சயம் ஆன ஒன்றாக நினைக்கத் தோன்றும். இன்னும் சில கனவுகள் நம்மை சாட்டையால் அடித்து எழுப்புவது போல அதி பயங்கராமாக வந்து போகும்...ஆனால், எனது பிரச்சனை அதுவல்ல...

"ஒரே விதமான கனவு திரும்பத் திரும்ப வந்து என்னை பாடாய்படுத்திக் கொண்டிருக்கிறது. அதில் வரும் கதை மாந்தர்களும், காட்சிகளும் அச்சு பிசகாமல் அப்படியே அடுத்து வரும் கனவில் விட்ட இடத்தில் இருந்து தொடர்கிறது!...இது எப்படி சாத்தியம்?

அதற்காக என்னை சித்த பிரம்மை கொண்டவன் என்றோ, பைத்தியம் என்றோ முடிவுகட்டி விடாதீர்கள். நானும் உங்களைப் போல இயல்பான ஒரு சராசரி மனிதன்தான்..முதுநிலை பட்டம் படித்தவன், நன்றாக உலக அளவில் பிசினஸ் செய்து கொண்டிருக்கிறேன். எனது அலுவலகத்தில் இருபது பேரை வேலைக்கு வைத்து சம்பளம் கொடுத்துக் கொண்டிருக்கும் அளவுக்கு சமூகத்தில் நானும் ஒரு அந்தஸ்தில் இருந்து கொண்டிருப்பவன் தான்"

எல்லாம் இருந்தும்..."எனக்கு ஏற்பட்டு இருக்கும் பிரச்சனைதான் சற்று விசித்திரம் வாய்ந்ததாக அமைந்து இருக்கிறது... அதை, இன்னமும் உங்களுக்கு முழுதாய் விவரிக்கிறேன். பிறகு நீங்களே எனது பிரச்சனையை சரி செய்யும் வழியைக் கூறுங்கள்...நீங்கள் கூறும் வழிமுறை மட்டும் எனது பிரச்சனையை சரி செய்து விட்டால்

எனது சொத்தில் பாதியை உங்களுக்கு எழுதி வைத்து விடுகிறேன்"

நீங்கள் நான் கூறுவதை நம்பித்தான் ஆக வேண்டும். நான் பொய் சொல்ல வில்லை.. எனது சொத்தில் பாதியை உங்களுக்கு கொடுக்கும் மனநிலைக்கு நான் வந்து இருக்கிறேன் என்றால்...? எனது பிரச்சனையின் வீரியம் உங்களுக்கு புரிந்து இருக்கும் என்று நம்புகிறேன்..அந்த ஒரே மாதிரியான கனவால் நான் பட்ட, படும், படப் போகும் அவஸ்தையை நினைத்தால், சில வேளைகளில் தற்கொலை எண்ணம் கூட அடிக்கடி என்னுள் தோன்றி மறைகிறது. இருப்பினும் ஒரு நம்பிக்கையோடு காத்திருக்கிறேன்..எனது பிரச்சனையை சரி செய்ய தொடர்ந்து முயற்சி செய்து கொண்டிருக்கிறேன்!"

"சரி..விஷயத்துக்கு வருகிறேன்.."வழக்கமாக எனக்கு அடிக்கடி கனவுகள் வந்ததாக சரியாக நினைவில் இல்லை! அப்படியே வந்து இருந்தாலும் எதுவும் எனது நினைவில் தங்கவில்லை. கடந்த 2013 ஆண்டு வாக்கில் எனக்கு ஒரு விசித்திரக் கனவு வந்ததாக நான் கூறியிருந்தேன் அல்லவா! அந்தக் கனவில்தான் அவளை நான் முதன்முதலாக சந்தித்தேன்.

"ஒரு அடர்ந்த காட்டின் மத்தியில் கொட்டிக் கொண்டிருந்த அருவியில், தோகை விரித்த மயில் விளையாடுவது போல் அவள் நீராடிக் கொண்டிருந்தாள்!..."கூடவே ஏதோ ஒரு மெல்லிய ராகத்தில் ஒரு பாடல் ஒன்றையும் அவளது செவ்விதழ்கள் முணுமுணுத்துக் கொண்டிருந்தன!".

"ஆகாய நிலவு பூமிக்கு வந்து, நீராடிக் கொண்டிருப்பது போன்ற ஒரு பொலிவோடு, ஆகாச தேவதைகள் என்று சொல்வார்களே..அதில் பொறுக்கியெடுத்த அழகிகளில் முதன்மையாக இருப்பவள் இவள்தானோ என்று நினைக்கத் தோன்றும் பேரழகியாக அவள் காட்சியளித்தாள்.

"அந்நேரம், அவளுக்கு அருகாமையில் வந்த ஒரு குதிரை வேகமாக கணைக்கிறது. அந்தக்குதிரையின் மேல் இருந்து ஒரு வாலிபன் கீழே விழுகிறேன். அவன் உடுத்தியிருக்கும் உடுப்பும், தோரணையும் அவனை ஒரு பெருந்தரத்து போர்வீரன் என உணர வைக்கிறது!".

"அவ்வீரனின் உடம்பில், வாட்கள் கீறிய அடையாளம் நிறைய இடத்தில் தெரிகிறது!. அவனது உடல் காயங்களில் இருந்து சூடான ரத்தம் வெளியேறி வழிந்து, உறைந்தும் காணப்படுகிறது".

திடீரென ஏற்பட்ட அந்த பிரளயத்தால், "மிரளும் மான்விழி போல" அவள் விழிகள் அந்தக் குதிரையில் கிடந்த வாலிபன் விழுந்த திசையை ஏறெடுத்து நோக்குகிறாள்.

"அடுத்த கணமே, அவளிடம் ஒரு பெரிய மாற்றம் உண்டாகிறது. " சட்டென்று உருவிய குறுவாள் அவளின் கையில் முளைத்து இருக்கிறது. அவளது விழிகள் வேங்கையை ஒத்த கூர் தீட்டிய வகையில், எச்சரிக்கையோடு அந்த வாலிபனை நோக்கி மெல்ல அடியெடுத்து வைத்து அவள் அணுகுகிறாள்.

"அவனுக்கு வெகு அருகாமையில் சென்றவள், அப்படியே, அந்த இளைஞனின் முகத்தை கூர்ந்து நோக்குகிறாள்!"...

"உடனே அவளது முகம் கோபத்தில் கொந்தளிக்கிறது!"..."விழிகள் கங்குகளை கக்கத் தொடங்குகிறது!"..ஆவேசத்தில் அவளின் கையில் இருந்த குறுவாளால் அந்த இளைஞனின் நெஞ்சை நோக்கி பாய்ச்ச எத்தனிக்கிறாள் அவள்...

"அந்த வேளையில்...அந்த வாலிபன் மெல்ல முனகலை வெளிப்படுத்தி, விழிகளைத் திறக்க முயற்சிக்கிறான்."...

அது அவனுக்கு வெகு சிரத்தையாக இருந்தது...

விழிகளில் தெரிந்த காட்சிகள் அனைத்தும் மங்கலாகவே இருந்தது..

"அப்போதுதான் எனக்கு பேரதிர்ச்சி காத்துக் கொண்டிருந்தது!"..

அந்த வாலிபன் முகத்தை அவள் கூர்ந்து நோக்குகிறாள்..நானும்தான்..

அந்த வாலிபன்!..அது?....வேறு யாருமல்ல!... நான்தான்....

எனது விழிகளை என்னாலே நம்ப முடியவில்லை..

"மீண்டும் சிரத்தையோடு அந்த வாலிபன் தீவிரமாக முயற்சி செய்து இமைகளை விரித்து அவனுக்கு அருகில் "அந்த பேரழகி ஒரு குறுவாளை நெஞ்சுக்கு நேராக குறிபார்த்தபடி, ஏதோ என்னை பழித்தீர்க்க பலகாலம் சபதம் பூண்டவள் போல மேல்மூச்சு கீழ்மூச்சு வாங்க ஆவேசம் கொண்டிருக்கிறாள். அவளின் அந்த தோரணை "சுடுகாட்டுக் காளி தேவதை போல" என் விழிகளில் தெரிந்தது!

நேரம் கூடக் கூட,.."அவளின் மூர்க்கத் தனம் பூண்ட முறைத்துப் பார்க்கும் பார்வை என்னை திகிலுறச் செய்கிறது".

அந்நேரம், ஏங்க! ஏங்க.."என்னதான் அப்படி பாத் ரூமுக்குள்ள இருக்கே தெரியலையே?...குளிச்சிட்டு வர்ரதுக்கு ஒன்றரை மணி நேரமா? என்று சொல்லிவிட்டு, எனது பதிலுக்குக் கூட காத்திராமால் "பட படவென்று" கதவை தட்டிக்கொண்டு இருந்தாள் எனது மனைவி...

ஒரு அஞ்சு நிமிஷம்!,...வந்துவிடுகிறேன் என்று அவளுக்கு பதில் சொன்னேன்...

ஆமாம்...எப்ப பார்த்தாலும் அஞ்சு நிமிஷம்..அஞ்சு நிமிஷம்னு சொல்லிக்கிட்டு...இனிமே பாத்ரூம் போனா,.. கதவ தாழ்ப்பாள் போடாமா போங்க...அப்படியே உங்க போனையும் எடுத்துக்கிட்டு போகாம போங்க"

சரிம்மா...

என்னத்த சரியோ...வெறும் பேச்சு மட்டும்தானா

இல்ல நீ சொல்ற மாதிரியே பண்றேன்...

"பாக்கலாம்...பாக்கலாம்". என்று சொல்லிவிட்டு அங்கிருந்து யாழினி சமையலறை நோக்கி செல்வதை என்னால் உணர முடிந்தது!.

"பச்சைத் தண்ணீரில் குளித்து முடித்து இருந்தாலும், எனது உடல் இப்போது குப்பென்று வியர்த்து இருந்தது..இந்த கனவைப் பற்றிய சிந்தனை எனக்குள் எழும்போதெல்லாம் எனக்கு இத்தகைய பரபரப்பும், இனம் புரியாத குழப்பமும் என்னை ஆட்கொள்வது இது முதல் தடவை அல்ல...

அதேபோல, இதுபோன்று எனக்கு வரும் கனவை கலைப்பது, யாழினிக்கு புதிதான ஒன்றும் அல்ல!

ஒருவழியாக குளியலறையில் இருந்து வெளியே வந்து, உடைகளை உடுத்திக் கொண்டேன்!..

எனக்கு காலை உணவு...ஆனால் நீங்கள் எல்லோரும் இந்நேரம் மதிய உணவை முடித்து இருப்பார்கள்!...நான் இதற்கு மேலும் தாமதம் செய்தால் எனது மனைவி யாழினியின் கோபத்துக்கு ஆளாகி, பெரும் இன்னலை சந்திக்கும் துர்கதி நேர்ந்துவிடும்!....சமீபகாலமாக, அவள் என் மீது கடும் கோபத்தில் இருந்து வருகிறாள்.

அடுத்து அவகாசம் வாய்க்கும்போது உங்களுக்கு மீதக் கதையை சொல்கிறேன்...

# அத்தியாயம் - 3

"இதுதான் உங்க பிரச்சனையா?"

ஆமாம் டாக்டர்...

என்னிடம் வேறு எதையும் மறைக்கவில்லையே?

"சத்தியமாக இல்லை டாக்டர்"..நான் ஆரம்பத்தில் சிகிச்சைக்கு வந்தபோது உங்களிடம் எனக்கு கனவுத் தொல்லை அதிகமாக இருக்கிறது என்றும், அதிலிருந்து விடுபட வேண்டும் என்று பொய் கூறியிருந்தேன். ஆனால், இதற்கு மேலும் உண்மையை மறைக்க வேண்டாம் என்றுதான் உங்களிடம் அனைத்தையும் கூறிவிட்டேன். இது எனது மனைவி யாழினிக்கு தெரிந்தால் மிகவும் வருத்தப்படுவாள். அதனால், "எப்படியாவது என்னை இந்தப் பிரச்சனையில் இருந்து குணப்படுத்தி இயல்பான வாழ்க்கைக்கு திரும்ப நீங்கள்தான் உதவ வேண்டும்" என்று சொன்னான் ஆதித்யா.

கவலை வேண்டாம்...மருத்துவரிடமும், வழக்கறிஞரிடமும் உண்மையைக் கூற வேண்டும் என்று சொல்வதன் நோக்கம், உங்கள் பிரச்சனை என்னவென்று முழுமையாக தெரிந்தால்தான் அதற்கேற்ற தீர்வினை நாட முடியும் என்பதற்காகத்தான்!. "இனி நான் உங்களை பரிபூரணமாக குணப்படுத்தி விடுகிறேன்..இப்போது நான் கேட்கும் கேள்விக்கு சரியாக பதில் கூறவேண்டும்!

சரிங்க டாக்டர்..

"நீங்க பார்த்ததா சொல்ற அந்தக் கனவைத் தவிர, பொது வெளியில் நிர்வாணமாக சுற்றுவது, உயரமான மலை, கட்டிடம் மீது இருந்து கீழே விழுவது, மனிதர்களோ அல்லது மிருகமோ உங்களை துரத்துவது, எதையாவது ஒரு விஷயத்தை சோதித்து பார்ப்பது, இல்லையென்றால் நீங்கள் கனவில் ஓடுவது போல் இருக்கும் ஆனால் உங்களால் ஒரு அடி கூட நகர்ந்து ஓடியிருக்க முடியாது. சிலவேளைகளில் நீங்கள் பறப்பது போல விதவிதமான கனவுகளை கண்டது உண்டா?

இல்லை டாக்டர்., எனக்கு கனவு என்று வந்தால், நான் கூறிய ஒரே விதமான கனவு மட்டுமே, தொடர்ந்து வந்து கொண்டிருக்கிறது!....

"அவசரம் ஒன்றுமில்லை"..நான் கேட்கும் கேள்விகளை நன்றாக உள்வாங்கிக்கொண்டு, பிறகு நன்றாக யோசனை செய்துவிட்டு நிதானமாக பதில் சொல்லுங்கள்!....

"இதில் யோசனைக்கே இடமில்லை டாக்டர்!"... என்னால் நூறு சதவிகிதம் உறுதியாக கூற முடியும்,........ எனக்கு வரும் கனவில், நான் சந்திக்கும் அதே இடம், அதே மனிதர்கள், அதே காட்சிகள் அது மட்டும்தான் தெரிகிறது....அதன் தொடர்ச்சிதான் நீளுகிறது! சில தடவை, நேரிடையாக அந்த இடத்துக்கு சென்று விடுவேன்...சில நேரங்களில் தவறான இடத்தில் காடு மலையென சுற்றிக் கொண்டிருப்பேன்!...அதுபோன்ற இடத்தில் நான் எந்த புதிய மனிதரையும் சந்தித்தது கிடையாது...

நீங்கள் சொல்லும் அந்த ஒரே மாதிரியான கனவு தினமும் வருகிறதா?

"இல்லை"...கடந்த பத்து ஆண்டுகளுக்கு முன்னால், சரியாக சொல்ல வேண்டும் என்றால் கடந்த 2013 இல் தான் அந்தக் கனவு எனக்கு முதன்முதலாக எனக்கு

வந்தது என்று நினைக்கிறேன்....அதன் பிறகு, அதே கனவு தொடர்ந்து மூன்று ஆண்டுகளாக, அவ்வப்போது வந்து கொண்டிருந்து. பிறகு 2016 இல் எனக்கு திருமணம் ஆனதில் இருந்து நான்கு ஆண்டுகள் சுத்தமாக வரவே இல்லை.. ஆனால், மறுபடியும் கடந்த 2022 பிப்ரவரி மாதத்தில் இருந்து மாதம் ஒருமுறையாவது கண்டிப்பாக அந்த கனவு வந்து விடுகிறது....என்று ஆதித்யா சொன்னபோது அவரின் முகமாற்றத்தைக் கூர்ந்து கவனித்தார் மனநல மருத்துவர் நீலகண்டன்!"....

ரிலாக்ஸ் ஆதித்யா!... கொஞ்சம் பிராக்டிகல்லா திங் பண்ணுங்க! இது ட்வென்டி பர்ஸ்ட் சென்சுரி, உங்களுக்கு இருக்கற பிரச்சனைய எளிதாக குணப்படுத்தி விடலாம்!.. அதற்கான ஏராளமான அதி நவீன மருத்துவ வசதிகள், இதுபோன்ற மன வியாதிக்கு நிறைய வந்துவிட்டது. நீங்க எதுக்கும் கவலைப் படவேண்டாம்" என்று ஆறுதல் சொல்லிய மருத்துவர், "நீங்க உங்க கனவுல நடந்தத உண்மைன்னு உறுதியா நம்புறீங்களா? என்று ஆதித்யாவின் விழிகளை கூர்ந்து கவனித்தபடி கேட்டார்..

நிச்சயமாக!...அதையெல்லாம் வெறும் கட்டுக்கதை என்று என்னால் எளிதில் விலக்கி விட முடியவில்லை" என்றான் ஆதித்யா..

"அதுதான் உங்களோட பிரச்சனையே!" நீங்க கண்டது வெறும் கனவு. நிஜம் கிடையாது. உங்களுக்கு ஏற்பட்ட மன அழுத்தம், வேலைச் சுமை, வரலாற்று நிகழ்வுகளின் மீதான தாக்கம், நம்பிக்கை, இல்லையென்றால், சில காட்சிகளில் வரும் கதாபாத்திரம் போல நம்மை நாமே கற்பனை செய்துகொள்வது" இதுபோன்ற பல காரணங்களால் அது மாதிரியான கனவுகள் தொடர்ந்து வர வாய்ப்புகள் இருக்கக் கூடும்" அதையெல்லாம் உண்மை என்று நினைத்து மனதைப் போட்டு குழப்பிக் கொள்ளக் கூடாது"

டாக்டர்! நீங்கள் இன்னமும் எனது பிரச்சனையை சரியாக புரிந்து கொள்ளவில்லை..எனக்கு வருவது வெறும் கனவாக இருந்தாலும், அவையெல்லாம் உண்மைப் போலவே தோன்றுகிறது..நான் அந்த கனவில் வரும் வாழ்க்கையில் நிஜமாக வாழ்ந்து கொண்டிருப்பது போன்ற உணர்வு ஏற்படுகிறது. அதனால், எனக்குள் ஒரு பதற்றம், பயம், கவலை, ஏக்கம் அனைத்தும் ஒன்று சேர்ந்து என்னை பாடாய் படுத்திக் கொண்டிருக்கிறது!

சரிங்க ஆதித்யா..நீங்க சொல்றபடி அதெல்லாம் உண்மைன்னு உங்களுக்கு தோணுவதாக எடுத்துக் கொண்டாலும், அதற்கு நீங்கள் என்ன செய்ய முடியும்? உங்களுக்கு வருவது வெறும் கனவு மாத்திரமே! ஒருவேளை, இதெல்லாம் பல ஆண்டுகளுக்கு முன்பாக நிஜத்தில் நடந்ததாக ஒரு பேச்சுக்கு எடுத்துக் கொண்டாலும், டைம் மெசினை வைத்து நீங்கள் அந்த காலத்துக்குச் சென்றுவரவோ, இல்லையென்றால் உங்கள் சபதத்தை நிறைவேற்றவோ ஒரு வாய்ப்பு இருக்கிறது என்று சொல்லலாம்... ஆனால், அப்படிப்பட்ட அந்த டைம் மெசினே இன்னமும் விஞ்ஞானப் பூர்வமாக உறுதிபடுத்தப் படவில்லை என்பது வேறு விஷயம்...

அப்படியென்றால் என்னை பைத்தியம் என்று சொல்கிறீர்களா?

"கோபம் வேண்டாம் ஆதித்யா...நான் உங்கள் நலனுக்காகத்தான் இதை சொல்கிறேன்..விட்டுவிட்டு வந்த தொடர் கனவுக்கு மீண்டும் செல்வது என்பது சாத்தியம் இல்லாத ஒன்று! அப்படி இருக்கும்போது நீங்கள் கனவில் செய்து கொடுத்த சத்தியத்தை நிறைவேற்றுவேன்" என்று சொல்வது வேடிக்கையாக இருக்கிறது!"..

"என்னால் நிச்சயம் முடியும்! அதை நான் நிறைவேற்றியே தீருவேன்! உங்களால் முடியாவிட்டால்

சொல்லிவிடுங்கள்! நான் கிளம்புகிறேன்" என்று ஆவேசத்தோடு சொன்ன ஆதித்யாவின் திடீர் மாற்றத்தை கவனித்த டாக்டர் நீலகண்டன் ஒரு கணம் அதிர்ந்தார்.

ரிலாக்ஸ்!..ரிலாக்ஸ்!..அந்த கனவுக்குள்ள மீண்டும் போயி, உங்க சபதத்த நிறைவேற்றி தரமுடியுமுன்னு நீங்க உறுதியாக நம்புகிறீர்கள்! அப்படித்தானே?

ஆம்....என்னால் நிச்சயம் அது முடியும்...அது முடியவில்லை என்றால்!....என்று மீண்டும் மூர்க்கம் கொண்டான் ஆதித்யா

ஓகே..ஓகே...ரிலாக்ஸ்....உங்க பிரச்சனை என்னங்கறத நான் இப்போ தெளிவாக புரிஞ்சிகிட்டேன். இப்போ, கேட்கிற கேள்விக்கு பொறுமையா, நிதானமா பதில் சொல்லுங்க, அப்பத்தான் உங்களுக்கு சரியான ட்ரீட்மென்ட் கொடுக்க முடியும்..

ஓகே டாக்டர்... கேளுங்க.. சாரி...நான் கொஞ்சம் இடையில உணர்ச்சி வசப் பட்டுட்டேன்..

பரவாயில்ல.....நீங்க கனவுல சத்தியம் செய்து கொடுத்த அந்தப் பெண்ணையோ...அல்லது வேறு சில கதாபாத்திரங்களின் முகத்தையோ, நிஜத்தில் நேரில் எங்காவது பார்த்து இருக்கீங்களா?

ஆம்...சிலரை பார்க்கும்போது அத்தகைய உணர்வு ஏற்படுவது உண்டு...சில முன்பின் தெரியாத நபர்கள் கூட, என்னை உற்று நோக்குவது போலவும் அவர்களுக்கும் எனக்கும் ஏதோ சம்பந்தம் இருப்பது போலவும் தோன்றும்...ஆனால், நான் அவர்களோடு நெருங்கிச் சென்று விலாவாரியாக இதுபற்றி எல்லாம் பேசியது கிடையாது...

மற்ற கதாபாத்திரங்களை விடுங்கள்...அந்தப் பெண்ணை எங்காவது பார்த்த ஞாபகம் இருக்கிறதா?

ஆம்..ஒரு சமயம் நான் பெங்களூர் சென்றுவிட்டு காரில் திரும்பிக் கொண்டிருக்கும்போது, அந்தப் பெண் ஒரு பேருந்தில் ஜன்னலோரம் அமர்ந்து எனக்கு எதிர்ப்புறமாக சென்று கொண்டிருந்தாள்!...அவள் என்னையே உற்றுப் பார்த்தது போல எனக்கு தோன்றியது"

அது அவள் தானா? உறுதியாக சொல்ல முடியுமா? அவளை சந்தித்து பேசினீர்களா?

அந்த உருவத்தை திடீரென கண்ட அடுத்த நொடியே, எனக்குள் ஒரு இனம் புரியாத பரபரப்பு எனக்குள் தொற்றிக் கொண்டது....உடனே, நான் எனது காரை யூ டர்ன் எடுத்து, அந்தப் பேருந்தை பின்தொடர்ந்து சென்றேன். ஒரு பத்து நிமிட இடைவெளியில், அந்தப் பேருந்து எங்கே சென்றது என்று சரியாக தெரியவில்லை. திடீரென அந்தப் பேருந்து மாயமாகி விட்டிருந்தது. இருப்பினும் நான் வாலாஜா டோல்கேட் வரை சென்று தேடிவிட்டு அங்கிருந்து திரும்பிவிட்டேன்!".

நீங்கள் அந்தப் பெண்ணை ஒரு பேருந்தில் பார்த்தது... ஒருவேளை பிரம்மையாக இருக்குமோ?...

"இல்லை டாக்டர்!"..என்னால் மிக உறுதியாக கூறமுடியும்..நான் கண்டது பிரம்மை கிடையாது. என்னை நம்புங்கள்!"

சரி...சரி...டென்ஷன் ஆகாதீங்க....நீங்கள் பார்க்கும்போது, பேருந்துக்குள் இருந்த அந்தப் பெண்... உங்களை நோக்கி ஏதாவது சைகை செய்தாளா?

இல்லை....

இதுபோன்று வேறு ஏதாவது சம்பவம் நடந்து இருக்கிறதா?

"அதுமாதிரி எதுவும் நடக்கவில்லை"...

சரி..நீங்கள் நினைக்கிற மாதிரியான காரியத்த செய்யணும்னா, நீங்க கடுமையான மருந்தை உட்கொள்ள வேண்டி இருக்கும். சில நேரங்களில் எலக்ட்ரிக் ஷாக் கூட கொடுக்க வேண்டி இருக்கும். அப்படி செய்தால், சில வேளையில் அது உங்கள் மூளை நரம்பை பாதித்து, இதயத் துடிப்பை அதிகரிக்கச் செய்து, உங்கள் உயிருக்கே ஆபத்தாக கூட முடியலாம்.. ஒருவேளை நீங்க நினைக்கிற மாதிரி, உங்க கனவுக்குள்ள போறீங்க...அந்த சபதத்தையும் நிறைவேற்றி வச்சிடுறீங்க அப்படின்னு வச்சிக்குவோம்!... அதற்கு பிறகு, மீண்டும் நிஜ உலகத்துக்கு திரும்பி வந்துடுவீங்களா?...இல்லன்னா தொடர்ந்து அங்கேயே நிரந்தரமாக தங்கி விடுவீர்களா?

"தெரியல டாக்டர்!... இந்தக் கேள்விக்கு என்னிடம் நிச்சயமான பதில் இப்போதைக்கு இல்லை..."இருப்பினும், கனவு கலைந்து கண்விழித்து விட்டால், மீண்டும் நிஜ உலகுக்கு வந்துதானே ஆக வேண்டும்? அதை அப்போது பார்த்துக் கொள்ளலாம்...என்று சொல்லிவிட்டு புன்னகை ஒன்றை உதிர்த்தான் ஆதித்யா!

"மீண்டும் சொல்றேன்னு தப்பா எடுத்துக்காதீங்க... நீங்க கண்டிப்பாக ஒரு கனவுக்காக இவ்வளவு ரிஸ்க் எடுக்கணுமா? "கனவுங்கறது எல்லாரோட வாழ்வின் ஒரு சிறிய அங்கம்...அது வரும் போகும்...அதை உண்மைன்னு ஏன் நம்பணும்? அதற்காக தேவையில்லாமல் ஏன் உங்க மனச போட்டு குழப்பிக்கணும்? அத தூக்கி போட்டுட்டு, நீங்களும் எல்லார மாதிரியும் ஏன் நார்மலா இருக்க முயற்சி பண்ணக் கூடாது?

பலமுறை முயற்சி பண்ணேன் டாக்டர்...என்னால முடியல...நானும் என் மனச பல வழியில் திசை திருப்பி அந்தக் கனவை மறக்க முயற்சி பண்ணேன்....ஆனால்.. அந்தக் கனவு என்னை விடுவதாய் தெரியவில்லை...

சில வேளைகளில் அந்தக் கனவில் வரும் மாந்தர்கள் எல்லாம் "அசரீரி" போல என்னோடு பேசுகிறார்கள்!......என் உணர்வுகளை உசுப்பி விட்டு உடனே வா...வா அப்படின்னு சொல்லி, என்னை ரொம்பவும் தொந்தரவு செய்கிறார்கள்...

"உங்களுக்கு அடிக்கடி அதுபோல பிரம்மை தோன்றுகிறதா?"

கடந்த ஒருவருஷமா எனக்கு இந்த பிரச்சனை அதிகமாவே இருக்கு டாக்டர் ...ஆரம்பத்துல எப்பவாவது இந்த மாதிரி மனசு குழ்ப்பமடைஞ்சி, இந்த மாதிரி ஏதாவது நடக்கும்..ஆனா இப்ப சமீபகாலமாக தொடர்ந்து அந்த எண்ணங்கள் அதிகமாகிக்கொண்டே சென்று கொண்டிருக்கிறது....

சரி...உங்கள மறுபடி அந்த கனவு உலகத்துக்கு போய்ட்டு வரச்சொன்ன, நீங்க நேரிடையாக அந்த இடத்துக்கு போயிட்டு வர முடியுமா?

பல தடவை முயற்சி பண்ணிட்டேன்...என்னால அந்த இடத்துக்கு போக முடியல...ஏதோ ஒண்ணு என்ன அந்த எடத்துக்கு போக விடாம தடுக்குது...அதுமட்டும் இல்ல டாக்டர்..இப்போது சமீப காலமாக, கனவில ஒரு மர்மக் கூட்டம், என்னை பின்தொடர்ந்து துரத்திக்கிட்டே இருக்காங்க...அது யாருன்னு தெரியல...அவங்க எல்லாரும் முகத்துக்கு முகமூடி போட்டு இருக்காங்க... எல்லார் கையிலயும் கூர்மையான வாள் இருந்ததை என்னால் பார்க்க முடிந்தது...

சரி..சரி...உங்கள் இதயத் துடிப்பு அடிக்கடி எகிறுகிறது.. அதனால, கொஞ்சம் இயல்பாக இருங்கள்... இந்த பெட்டில் சாய்ந்து படுத்துக்குங்க....ஒரு இன்ஜக்சன் போடப்போறேன்... உடனே உங்களுக்கு தூக்கம் வரும். "அடுத்த இரண்டு மணி நேரத்துக்கு நீங்க ஆழ்ந்த தூக்கத்துல இருப்பீங்க"...

இந்தமுறை உங்களால உங்களோட அந்த தொடர் கனவோட பயணிக்க முடியாதுன்னு பார்க்கலாம்...

சரிங்க டாக்டர்...

ஒருவேளை கனவில் ஏதாவது அசம்பாவித சம்பவம் ஏற்பட்டு நீங்கள் விழிக்க வேண்டும் என்று கருதினால் உங்கள் கையில் பஸ்ஸர் இருக்கிறது, அந்த பஸ்ஸர் பொத்தானை அழுத்தினால் போதும்....உதவிக்கு நான் வந்துவிடுவேன்...

சரிங்க டாக்டர்..

இப்போது நான் கேட்கும் கேள்வியை உள்வாங்கிக்கொண்டு தலையசைவால் பதில் சொன்னால் போதும், பேச வேண்டாம்...இப்போது ஆழ்ந்த தூக்கத்துக்குள் நீங்கள் சென்று கொண்டு இருக்கிறீர்கள். உங்களை மனரீதியாக தொந்தரவு செய்யும் அந்தக் கனவு என்னன்னு உங்களுக்கு தெளிவாக ஞாபகம் இருக்கா?

ம்...

இப்போது நீங்கள் உங்களின் அந்தக் கனவை எந்த இடத்தில் விட்டு விட்டு வந்தீர்களோ...அந்த இடத்தின் மையப்புள்ளியின் அருகே சென்று நில்லுங்கள்...

ம்....இல்லை...என்னால் எனக்கு அந்த இடம் நன்றாக பரிச்சயம் என்றாலும், என்னால் அந்த இடத்துக்கு நேரிடையாக செல்ல முடியவில்லை..அதுதான் எனது முக்கிய பிரச்சனையே!"

முடியும்! முயற்சி செய்யுங்கள்...நீங்கள் அந்தக் கனவில் இருந்து விடுபட்டு, கடைசியாக கண்விழித்தபோது, அங்கே ஏதாவது அடயாளங்கள் இருந்து இருக்கும்... அது..கோட்டை, மலை, ஆறு, வீதி, பூக்கள், மழை.. இல்லையென்றால் உங்களின் உணர்வின் வெளிப்பாடான கோபம், சந்தோசம், ஆச்சர்யம், பயம், வீரம் இதில்

ஏதாவது ஒரு மனநிலையில் இருந்து இருப்பீர்கள்..இதில் நிச்சயம் ஏதாவது ஒன்று இருந்து இருக்கும். மனதை கட்டுப்படுத்தி சரியாக யோசனை செய்து பாருங்கள்.... அந்தக் காட்சி உங்கள் மனக்கண்ணில் தோன்றும், அதை நீங்கள் சரியாக கணித்தால், நீங்கள் நிச்சயம் உங்கள் கனவுக்குள் செல்ல முடியும்..

ம்.......முயற்சி செய்கிறேன்..

முடிந்தால், "நீங்கள் கடைசியாக கண்ட கனவு கலைந்த போது நடந்த காட்சிகளுக்கு முன்பாக நடந்த சில முற்பகுதியையும் நினைத்துப் பாருங்கள்...நிச்சயம் நீங்கள் அந்தக் கனவோடு தொடர, அதிக வாய்ப்புகள் இருக்கிறது....

இம்முறை ஆதித்யனிடம் இருந்து எந்த பதிலும் இல்லை...அவன் ஆய்ந்த உறக்கத்துக்கு சென்று, கனவுலகுக்குள் சஞ்சரித்து இருப்பதை டாக்டர் நீலகண்டன் புரிந்து கொண்டார்..

உடனே அருகிலிருந்த உதவியாளரை அழைத்தார் "விஷாலினி...இவர் இந்த அறையில் இருக்கட்டும். நீங்கள் வெளியே இருந்து கண்ணாடி வழியாக இவரின் அசைவுகளை கண்காணித்துக் கொண்டிருங்கள்!.. ஏதாவது எமர்ஜன்சி என்றால் என்னை உடனே அழையுங்கள்!."கவனமாக இருங்கள்" ..என்று சொன்னார் மனநல மருத்துவர் நீலகண்டன்.

சரிங்க டாக்டர்...நான் பார்த்துக் கொள்கிறேன்..என்று மறுமொழி சொன்னாள் விஷாலினி

"டாக்டர் பிரான்சிஸ் இப்போது இந்தியாவில் தானே இருக்கிறார்!..

யாரை கேட்கிறீர்கள்... உலக பிரபல மனோதத்துவ நிபுணர் பிரான்சிசையா கேட்கிறீர்கள்?

ஆம்...

அவரை ஆறு மாதத்துக்கு முன்பாக மும்பையில் நடந்த முக்கிய மருத்துவர்கள் மாநாட்டில் சந்தித்து நமது மருத்துவ மனைக்கு வருகை புரிய அழைப்பு விடுக்க சென்றிருந்தேன்.. ஆனால், அவர் பிரான்சு நாட்டில் இருந்து மீட்டிங்கில் கலந்து கொள்ள வரவில்லை.. அதனால், மருத்துவ துறை மத்திய அமைச்சரை நமது புதிய மருத்துவமனை திறப்பு விழாவில் கலந்து கொள்ள அழைத்து இருக்கிறேன்..

சரி...அவசியம் ஏற்பட்டால், நாம் அவரை உடனே சந்திக்க வேண்டிய நிர்பந்தம் ஏற்படலாம்...அதற்கும் ஏற்பாடு செய்து வை..முதலில் அவர் எங்கு இருக்கிறார் என்று விசாரித்து எனக்கு தகவல் கொடு"

சரிங்க டாக்டர்...நான் உடனே பிரான்சுக்கு போனில் தொடர்பு கொண்டு விசாரிக்கிறேன்...

சரி..நினைவிருக்கட்டும், அஜாக்கிரதை வேண்டாம்.. ஆதித்யா கண்விழிக்கும் வரை உடனிருந்து கண்காணிக்க வேண்டும்" என்று சொல்லிவிட்டு அங்கிருந்து அவசரகதியில் வெளியேறினார் நீலகண்டன்!..

# அத்தியாயம் - 4

"இடம்: வைத்தீஸ்வரன் கோவிலின் மதில்சுவர் வீதியை ஒட்டி, மணல்மேடு என்ற ஊருக்கு பிரிந்து செல்லும் பாதையில் இருந்து கொண்டிருக்கும் அகஸ்தியர் சிவநாடி நிலையம்!."

"கை, கால்களை அலம்பிவிட்டு இப்படி வந்து அமருங்கள்!"...என்ற நாடி ஜோதிடரின் சொற்படி நடந்து அவர் காண்பித்த இடத்தில் ஏற்கனவே விரித்து வைத்திருந்த சிகப்பு நிற கம்பளத்தின் மீது சப்பளாங்கால் போட்டு அமர்ந்தான் ஆதித்யா..

யாருக்கு பார்க்க வேண்டும்?

எனக்குத்தான்...

உங்களுக்கு ஜாதகம், நாடி சோதிடம் இதிலெல்லாம் நம்பிக்கை இருக்கிறதா?

இதுவரை இல்லை....

நல்லது!...நானும் உன்னைப்போல் ஒரு மானுடன்தான்...என்னால் உனது பூர்வ ஜென்மம், நிகழ்காலம், வருங்காலத்தை மாயக்கண்ணாடி கொண்டு காண்பித்துவிட முடியாது...இருப்பினும்..நமது முன்னோர்கள், சப்த ரிஷிகள் என்று சொல்லப்படும் அகத்தியர், கௌசிகர், வைசர், போகர், பிரிகு, வஷிஷ்டர் மற்றும் வால்மீகி ஆகியோர்களின் கடுமையான தவத்தால், அவர்களின் உள்ளுணர்வு சக்திகளின் மூலமும், கடவுள்

அவர்களுக்கு வழங்கிய அருளின் மூலமும், அவர்களால் எழுதி வைக்கபட்டிருப்பதுதான் இந்த நாடி ஜோதிடம் என்று அனைவராலும் பொதுவாக நம்பப்படுகிறது. "என்னால் உங்களுக்கான ஓலையில் இருந்து இந்தப் பிறவியின் கர்மக்காரணங்களை எடுத்துரைக்க முடியும்... மற்றபடி உனது வாழ்வின் சுக, துக்கங்களை நீயே முடிவு செய்துகொள்ள வேண்டும்!...இதில் வரும் பலன்கள் எதற்கும் நான் பொறுப்பாளி அல்ல..

சரிங்க ஐயா....எனது விதியின் பலன் என்ன உரைக்கிறது என்பதை அறிந்துகொள்ள மிக்க ஆவலாக இருக்கிறேன்...

உங்களின் கைரேகை தேவைப்படுகிறது...

இதோ எடுத்துக் கொள்ளுங்கள்...

நல்லது...சற்று காத்திருங்கள்...நான் சிறிது நேரத்தில் திரும்ப வருகிறேன்...

சரி......

ஐந்து நிமிடத்தில் சில ஓலைக் கற்றைகளுடன் வந்தவர்....அவன் எதிரே இருந்த நாற்காலியில் வந்து அமர்ந்தார்.....சிலகணம் கண்களை மூடி இறைவனை வணங்கியவர்...."நான் ஓலையை வாசிக்கத் தொடங்கப் போகிறேன்.. முதலில் உனது பெயர்...உனது பெற்றோர்கள் பெயர், உனது குடும்ப உறுப்பினர் பெயர்கள் சரியாக வரும்போது, அதுகுறித்து நீ என்னிடம் தெரிவிக்கலாம்" என்று சொல்லிவிட்டு ஓலையைப் படிக்கத் துவங்கினார் அந்த முதியவர்...

சில ஓலைகளை படித்து முடித்து, அடுத்த ஓலையை படிக்கத் தொடங்கியிருந்த போது...

ஆம்..இந்த ஓலையில் இருக்கும் சங்கதிகள் சரியாக இருக்கிறது...எனது பெயர் எனது பெற்றோர் மற்றும் மனைவியின் பெயர்.. அனைத்தும் சரியாக இருக்கிறது....

நல்லது...நான் முதலில் இந்த ஓலையின் சாரம்சத்தை வாசித்து விடுகிறேன்...உனக்கு ஏதாவது கேள்விகள் இருந்தால் ஓலையை படித்து முடித்தபிறகு கேட்கலாம்.. இடையில் குறுக்கீடு செய்ய வேண்டாம்"

.சரி...என்று தலையை ஆட்டிவிட்டு அவரின் முகத்தை உற்று நோக்கலானான் ஆதித்யா...

மீண்டும் ஒருமுறை அந்த ஓலையை முதலிலிருந்து வாசித்தவர்...தொடர்ந்து வாசிக்கத் தொடங்கிய சில நொடியில்...சற்று அதிர்ச்சியடைந்தார்...

பின்பு ஓலையை வாசிப்பதை நிறுத்திவிட்டு,.... ஆதித்யாவை ஒருமுறை உற்று நோக்கத் தொடங்கினார்.... பிறகு..." உண்மையில் உங்கள் பெயர் ஆதித்யா தானா?

ஆமாம்...இதிலென்ன சந்தேகம்.

எங்கள் குலத்தார், இந்த நாடிப்பார்க்கும் தொழிலை பரம்பரை பரம்பரையாக உண்மையாக தர்மத்துக்கும், சத்தியத்துக்கும் கட்டுப்பட்டு செய்து வருகிறோம். இத்தகைய புனிதமான தொழிலை பயன்படுத்தி பணம் சம்பாதிப்பது எங்களின் நோக்கமல்ல.....அப்படி இருந்து இருந்தால், இந்நேரம் மலை மலையாக பணத்தை குவித்து வைத்து இருந்து இருக்க முடியும்! இதுநாள் வரை எங்கள்மீது ஒரு புகார் கூட மக்களிடமிருந்து வந்தது கிடையாது!....நான் கேட்பதை தவறாக எடுத்துக் கொள்ள வேண்டாம்..நீங்கள் நக்கீரன் பத்திரிக்கையாளரா? இல்லையென்றால், வேறு ஏதாவது செய்தி நிருபரா?

ஐயா..உங்களுக்கு என்ன ஆனது? திடீரென ஏன் ஓலையை வாசிப்பதை திடீரென நிறுத்திவிட்டு, இப்படி

சம்பந்தம் இல்லாத ஒரு கேள்வியை என்னைப் பார்த்து கேட்கிறீர்கள்? எனது பெயர் ஆதித்யா. உங்களுக்கு சந்தேகமாக இருந்தால் பரிசோதித்துக் கொள்ளுங்கள்" என்று சொல்லியபடி அவனது பர்சிலிருந்து டிரைவிங் லைசென்ஸ், ஆதார் கார்டை எடுத்து அவரிடம் நீட்டினான் ஆதித்யா...

அதை வாங்கிப்பார்த்த அந்த முதியவர், சில நொடியில் நெற்றியைச் சுருக்கினார். மீண்டும் ஆதித்யா மீது ஒரு சந்தேக பார்வையை வீசியவர்...."நீ சொல்வதுபோல உனது பெயரும் உனது தந்தை பெயரும் சரியாகத்தான் இருக்கிறது.....இது எப்படி? என்று சொல்லிவிட்டு மீண்டும் அந்த ஓலையை உற்று நோக்கினார் அவர்.

ஐயா...அந்த ஓலையில் என்ன இருக்கிறது? ஏன் நீங்கள் சற்று பட்டமாக இருந்து கொண்டு இருக்கிறீர்கள்? காரணத்தைக் கூறலாமே?

அப்பனே...நீ உண்மையான ஆதித்யாவாக இருந்தாலும் சரி...வேறு யாராக இருந்தாலும் சரி.... அதைப்பற்றி எனக்கு கொஞ்சம் கூட கவலை கிடையாது..இந்த ஓலையில் இருப்பதை சொல்லிவிடுகிறேன்...அதன்பிறகு உன்பாடு....

தயவுசெய்து கூறுங்கள் ஐயா...மிகவும் பதற்றமாக இருக்கிறது...

இந்த ஓலையில் இருக்கும் ஆதித்யாவின் மந்திரா நாடியில் ஏதோ குழப்பம் இருக்கிறது. இந்த ஓலையின் கூற்றுப்படி, "நீ..அதாவது இந்த கைரேகை கொடுத்த ஆதித்யா, ஒரு வருடத்துக்கு முன்பே இருந்துவிட்டு இருக்க வேண்டும்...அதுதான் அவனின் கர்மவிதி....

என்ன சொல்லுகிறீர்கள்? நான்தான் உயிரோடு இருக்கிறேனே?

அதனால்தான் நான் உன்னை சந்தேகிக்கிறேன்...

இதற்கு நான் ஆட்சேபனை தெரிவிக்கிறேன்.. ஒன்று உங்கள் ஓலை பொய் சொல்ல வேண்டும்.. இல்லையென்றால் நீங்கள் தவறாக கூற வேண்டும்..

அதற்கு வாய்ப்பே இல்லை..எனது ஓலையும் சரி.. எனது கணிப்பும் சரி..எப்போதும் பொய்த்துப் போனதாக சரித்திரமே கிடையாது..

பிறகு, இதெப்படி?

அதை காலம்தான் முடிவு செய்ய வேண்டும்.. எதற்கும் நீ ஒருமுறை பாபநாசம் சிவன் கோவிலுக்கு சென்று ஒரு மாகாளி அமாவாசை தினத்தில் உனது முன்னோர்களுக்கு திதி கொடுத்துவிட்டு வா..ஒரு வேளை, உமது முன்னோர்களின் ஆன்மாக்கள் பலத்தால், அது உனது ஆயுளுக்கு பலம் சேர்க்கக் கூடும்..

ஐயா, இதற்கு வேறேதாவது பரிகாரம் இருக்கிறதா..?

விதியோடு விலை பேசும் அளவுக்கு, இன்னும் மானுட சக்தி வளரவில்லை பிள்ளையே...சர்வலோகத்துக்கும் படியளக்கும் அந்த பரமேஸ்வரனை வேண்டிக்கொள்! பாரத்தை அவன் மீது சுமத்து..அவன் எல்லாவற்றையும் பார்த்துக் கொள்வான்.. என்று சொல்லிவிட்டு ஆதித்தனைப் பார்த்து அர்த்தப் புன்னகையோடு சிரித்துக் கொண்டிருந்தார் அந்த நாடி சோதிடர்।

"இன்னொரு கேள்வி"...நீங்கள் பணத்துக்கு ஆசைப்படாதவராக இருக்கலாம்...ஆனால் இன்றைய உலகில் கடவுளுக்கு மேலான சக்தியாக பணம் இருந்து கொண்டிருக்கிறது. அவ்வளவு ஏன் கடவுளை அருகில் சென்று தரிசனம் செய்து மனக்குமுறலை தெரிவிக்கக் கூட காசு தேவையாக இருக்கிறது. பணம் இருந்தால் உடனடி தரிசனம், மாலை மரியாதை. பணம் இல்லையென்றால் நெடிய வரிசையில் மணிக்கணக்காக

இருந்து கடமைக்குத்தானே தரிசனம் செய்ய முடியும்.. அதுதானே இன்றைய நிதர்சனம்?

அதனால் என்ன தம்பி? எந்த கடவுளும் காசு கொடுத்து அவரை வந்து வணங்க உத்தரவு கொடுக்கவில்லையே? மனிதர்களுக்குள் எத்தகைய பாகுபாட்டையும் எம்பெருமான் பார்ப்பதில்லையே?

உண்மைதான்...கடவுள் கூறவில்லை...ஆனால், நிர்வாகம் என்கிற பெயரில் மனிதர்களாகிய நாம்தானே அத்தகைய மாபதகத்தையும் அரங்கேற்றிக் கொண்டிருக்கிறோம்!.

நீ என்ன சொல்ல வருகிறாய்? எனக்கு விளங்கவில்லை...

ஐயா..நான் உண்மையில் உங்களைத் தேடி வந்தது எனக்கு நாடி ஜோதிடம் பார்ப்பதற்கு அல்ல..நீங்கள் எவ்வளவு கேட்டாலும் அந்த தொகையை நான் உங்களுக்கு தருகிறேன்..எனக்கு உங்களால் ஒரு காரியம் ஆக வேண்டும். செய்வீர்களா? அது உங்களால் முடியுமா?

முதலில் காரியம் என்னவென்று சொல்லுங்கள்...அது முடியுமா!..முடியாதா! என்று நான் தீர்மாணிக்கிறேன்

ஆதித்யா சொன்னதைக் கேட்ட அந்த முதியவரின் உடல் ஒரு கணம் குலுங்கியது. அடுத்த நொடியில், அவர் பீதியில் அப்படியே உறைந்து நின்றார். அவரின் விழிகள் பிதுங்கி நின்றன...

"அது நிச்சயம் ஆகிற காரியம் இல்லை...அது மனித சக்திக்கு அப்பாற்பட்ட காரியம்!..என்னால் முயற்சி செய்து பார்க்க முடியும் என்றாலும், அந்த பாவத்தை நான் ஒருபோதும் செய்ய மாட்டேன்!" கற்று வைத்திருக்கும் வித்தை அனைத்தும் மனித குலத்தின் நன்மையைத் தவிர்த்து, நான் ஒருபோதும் அத்தகைய வில்லங்கத்தை

விலை கொடுத்து வாங்க மாட்டேன்" என்ற தீர்க்கமான வார்த்தை, அவரின் வாயிலிருந்து தெளிவாக வந்தது.

"நன்றி...இனியும் உங்களை தொந்தரவு செய்யும் எண்ணம் எனக்கு இல்லை..ஒருவேளை, நான் இங்கு வந்ததை அறிந்து யாராவது உங்களை சந்தித்து என்னைப் பற்றி ஏதாவது கேட்டால், நான் உங்களிடம் என்ன உதவி கேட்டேன் என்று யாரிடமும் சொல்லி விடாதீர்கள்" என்று சொல்லிவிட்டு அவரைப் பார்த்து இருகரம் கூப்பி அவரை வணங்கியபடி, அவரின் குடிலைவிட்டு வெளியேறினான்.

# அத்தியாயம் - 5

ஹலோ...நான் மனோதத்துவ டாக்டர் நீலகண்டன் பேசுகிறேன்...

சொல்லுங்க டாக்டர்...

ஆதித்யா இருக்காரா?

இல்லையே டாக்டர்..அவர் பிசினஸ் விஷயமா திருச்சி வரைக்கும் போயிருக்காரு..

உங்க கணவருக்கு உடனே அவசரமாக ட்ரீட்மென்ட் கொடுக்க ஸ்டார்ட் பண்ணியாகணும்

ஏன்...டாக்டர்...ஏதாவது பிரச்சனையா? போன வாரம் தானே உங்க மருத்துவமனைக்கு சிகிச்சைக்கு வந்து சென்றார்?

ஆமாம்! உண்மைதான்! உங்கள் கணவர் இப்போது பெரிய பிரச்சனையில் இருந்து கொண்டிருக்கிறார்.

என்ன சொல்றீங்க டாக்டர்?

ஆம்....அவர் கடைசியாக சமீபத்தில் எங்காவது வெளிநாடு சென்றாரா?

ஆமாம்...போன மாதம் பிஸினெஸ் விசயமாக ஹாங்காக் சென்று வந்தார்....

அப்படியென்றால் நான் நினைத்தது சரிதான்..

என்ன நினைத்தீர்கள்?

நீங்கள் நினைத்துக் கொண்டிருப்பது போல உங்கள் கணவர் ஹாங்காங் செல்லவில்லை...

என்ன சொல்லுகிறிர்கள் டாக்டர்?

...ஆம் எனது யூகம் சரியாக இருந்தால் அவர் கனடா நாட்டுக்கு சென்று வந்திருக்க வேண்டும்....

கனடா நாட்டுக்கா? எதற்காக...

உலகின் தலைசிறந்த மனோதத்துவ நிபுணர் அங்குதான் இருக்கிறார்...

உங்கள் கணவர் ஏற்கனவே வேறு எங்காவது சிகிச்சைக்காக பெற்று இருக்கிறாரா?

இல்லை டாக்டர்...வருசத்துல ரெண்டு மாசம் வீட்ல இருந்தாலே பெரிய அதிசயம்..அவரு எப்ப பார்த்தாலும் "பிசினஸ் பிசினஸ்"னு, ஊர், உலகம் பூரா சுத்திக்கிட்டு இருப்பாரு...ஆனா நீங்க சொல்ற மாதிரி, அவரு எங்கிட்ட பொய் சொல்லிட்டு வேற நாட்டுக்கு போறவர் இல்லீயே? ஆறு மாசத்துக்கு முன்னாடி கூட நண்பர்களோட ஒரு பிசினஸ் சக்சஸ் பார்ட்டி இருக்கு. அதுக்காக தாய்லாந்து போறோம்னு எங்கிட்டு சொல்லிட்டுதான் போனார்...நீங்க சொல்ற மாதிரி நடந்திருக்க வாய்ப்பே இல்லை"

புரிகிறது!...நான் உங்கள் கணவரை குறை சொல்லவில்லை...அவர்மீது சந்தேகமும் படச் சொல்லவில்லை....இன்று பிற்பகல் எங்கள் கிளினுக்குக்கு வந்து ட்ரீட்மென்ட் எடுத்துவிட்டு, சிறிதுநேரம் அப்சர்வேசனில் இருந்துவிட்டு சென்றார்....அப்போது அவரின் உள்நெஞ்சப் புலம்பல்கள், எண்ணங்களின் வெளிப்பாடுகள், முதலியவற்றை பேசியதை எங்கள் மருத்துவமனை கருவி பதிவு செய்யும். அதை நான் இப்போதுதான் கேட்டேன்...எனக்கே பெரிய அதிர்ச்சி.

அப்படி என்ன பேசியிருந்தார்?...

உங்கள் இ-மெயில் ஐடியில், இல்லையென்றால் உங்கள் வாட்ஸ் அப்பில் அந்த ஆடியோ பதிவை அனுப்பி வைக்கிறேன்...கேளுங்கள்...அப்புறம் முக்கியமான விஷயம்...இது உங்கள் கணவருக்கு தெரியக்கூடாது.. நீங்கள் தெரிந்து கொண்டதாக அவர் அறிந்து கொண்டால், நிலைமை இன்னும் விபரீதமாகிவிடும்...

அப்படியே செய்கிறேன் டாக்டர்...

போனை துண்டித்துவிட்டு...அவர் எப்போது அனுப்புவார் என்ற தவிப்பில் போனையே பார்த்துக் கொண்டிருந்தாள் யாழினி...

சில நிமிட நேரங்கள்தான் என்றாலும்..அவளின் தவிப்பின் கணக்கு யுக யுகம்போல் தோன்றிக் கொண்டிருந்தது!...

அப்போது அவளுக்கு திடிரென்று ஒரு யோசனை உதயமாயிற்று! சட்டென்று அவளின் படுக்கையறை நோக்கி ஓடினாள்!

அங்கே, மேல்புற செல்பில் இருந்த ஆதித்யாவின் சூட்கேசை திறந்து பார்க்கத் தொடங்கியவள், அப்படியே ஆதித்யாவின் பாஸ்போர்ட்டை புரட்டத் தொடங்கினாள்..

அடுத்த கணம் அதிர்ச்சியின் உச்சிக்கு சென்றாள்!

அதில் டாக்டர் கூறியபடி கனடாவுக்கு சென்று வந்ததும், இன்னும் பிற வெளிநாடுகளுக்கு சென்று வந்ததற்கான ஸ்டாம்பிங் செய்யப்பட்டு இருந்தது.

யாழினிக்கு தூக்கி வாரிப்போட்டது...

உடனே டாக்டருக்கு போன் செய்தாள்....

மறுமுனையில் உடனே லைன் கிடைத்தது....

சொல்லுங்கம்மா.... என்றார் டாக்டர்..

"நீங்கள் கூறியது அனைத்தும் உண்மை...தற்போதுதான் அவரின் பாஸ்போர்ட்டை எடுத்துப் பார்த்தேன். அதில் எனது கணவர் நீங்கள் சொன்ன வெளிநாடுகளுக்கு சென்று வந்ததற்கான அத்தாட்சி உள்ளது!" ஏதாவது பெரிய பிரச்சனையா? என்று கண்ணீர் மல்க கேட்டாள் யாழினி.

சாதாரண பிரச்சனை என்று கூறிவிட முடியாது!. அவரின் உரையாடலை கேட்கும்போது அவர் அந்த மனநோயின் உச்ச பச்ச தீவிரக் கட்டத்தில் இருக்கிறார் என்பது மட்டும் என்னால் உறுதிபட தெரிவிக்க முடியும்!. அதே வேளையில், அவரை முழுவதுமாக குணப்படுத்த முடியுமா" என்பதை பிரபல மனோதத்துவ நிபுணர் பிரான்சிஸ் போன்றவர்கள்தான் உறுதிபடுத்த முடியும். இதற்காக நான் பிரான்ஸ் நாட்டுக்கு செல்ல வேண்டி வரலாம். அங்கு சென்று அவரை நேரில் சந்தித்து கருத்து கேட்ட பின்புதான், என்னால் எதையும் உறுதியாக கூற முடியும்!.

இன்னும் ஏன் தாமதம்? உடனே பிரான்சுக்கு புறப்பட்டு செல்லலாமே? விமான டிக்கெட் ஏற்பாடு செய்யட்டுமா?

வேண்டாம்..அதை நான் பார்த்துக் கொள்கிறேன்... அதற்கு முன்பாக அவரின் அப்பாய்ன்ட்மென்ட் கிடைக்க வேண்டும்..அதற்காகத்தான் முயற்சி செய்து கொண்டிருக்கிறேன்..

எப்படியும் குணப்படுத்திவிடாலாம் அல்லவா?

முடியும் என்றுதான் நினைக்கிறேன்...அத்தோடு நீங்களும் ஒத்துழைப்பை கொடுத்தால் அது மிக்க உதவியாக இருக்கும்...

அவரை குணப்படுத்த நான் எதை வேண்டுமானாலும் செய்வேன்..நான் என்ன செய்ய வேண்டும் சொல்லுங்கள்....

அடுத்த சில நிமிடங்கள், டாக்டர் அவளிடம் அவள் எப்படி ஆதித்யாவிடம் நடந்துகொள்ள வேண்டும் என்பது குறித்து ஏதோ ஆலோசனைகள் சொல்லி முடித்தவர், இப்போது உனக்கு அந்த பதிவு செய்யப்பட்ட ஆடியோ பதிவை அனுப்பி வைத்து இருக்கிறேன். அதனை கவனமாக கேட்டுவிட்டு மேற்படி நான் சொன்னதுபோல நடந்துகொள்ளுங்கள்! எல்லாவற்றை விட முக்கிய விஷயம், அவரிடம் நீங்கள் எப்போதும் நடந்துகொள்வது போல வெகு இயல்பாக இருக்க வேண்டும். உங்கள் கணவருக்கு உங்கள் மீது சிறு சந்தேகம் உதித்தாலும், அது பெரிய ஆபத்தை தோற்றுவித்து விடும்....என்று எச்சரித்துவிட்டு போனை துண்டித்தார்...

அடுத்த கணம், டாக்டர் நம்பரில் இருந்து மெசேஜ் வந்ததற்கான "டிங்" என்ற ஒலியை போன் எழுப்பியதும், பட படவென ஓபன் செய்து அந்த ஆடியோவை கேட்கத் தொடங்கினாள் யாழினி!...

அந்த ஆடியோவை கேட்கத் தொடங்கிய தொடக்கத்திலேயே, அவளும் பீதியுறத் துவங்கினாள்! கூடவே, அவளது உடலும் நடுங்கத் தொடங்கியது.

# அத்தியாயம் - 6

"யாரிடமிருந்தோ வந்த போனை சீரியசாக எடுத்து பேசிக்கொண்டிருந்த டாக்டர் நீலகண்டனுக்கு இன்ப அதிர்ச்சி உண்டாகி இருந்தது...

உடனே விஷாலினியை கூப்பிட்டவர், "பாண்டிச்சேரிக்கு அவசரமாக போகவேண்டும்...டிரைவரிடம் சொல்லி காரை எடுத்துக் கொண்டு வரச் சொல்" என்று துரிதப்படுத்தினார் நீலகண்டன்.

சார்...இப்போதேவா? ஏதாவது அவசர காரியமா? நேரம் இப்போதே இரவு ஏழு ஆகிவிட்டதே? என்று கேட்டாள் அவரின் உதவியாளர் ஷாலினி!

ஆமாம்!..மிக முக்கிய காரியமாக டாக்டர் பிரான்சிசை சந்திக்க வேண்டும். அதைப்பற்றி.போகும் வழியில் உனக்கு விளக்கமாக சொல்கிறேன்...சீக்கிரமாக கிளம்புவதற்கு உண்டான ஏற்பாட்டை செய்" என்று சொன்னவர்...ஆதித்யா குறித்த கோப்புகளை அவசர அவசரமாக லாக்கரில் இருந்து எடுத்து அவருக்கு எதிரே இருந்த மேசை மீது அடுக்கி வைத்தார்.

சரிங்க டாக்டர்...என்று சொல்லிவிட்டு அவரின் உதவியாளர் விஷாலினி அந்த அறையில் இருந்து வேகமாக வெளியேறினாள்...

அடுத்த ஒரு மணி நேரத்தில், சென்னை பெசன்ட் நகரில் இருந்த கிளினிக்கில் இருந்து புறப்பட்டிருந்த அவர்களின்

கார், கிழக்குக் கடற்கரைச் சாலையில் அமைந்திருக்கும் மகாபலிபுரத்தை நெருங்கிக் கொண்டிருந்தது..

டாக்டர்...நீங்க சொல்றது ரொம்ப ஆச்சர்யமாக இருக்கிறது..இது எப்படி சாத்தியம்? கனவில் காதலா? அந்தக் காதல் கொண்டதன் விளைவால் அந்த காதலிக்கும் பெண்ணுக்கு செய்து கொடுத்த சத்தியத்தை நிறைவேற்ற ஆதித்யா துடித்துக் கொண்டிருக்கிறாரா? நிஜ உலகில் வாழ்ந்து கொண்டு இருப்பவர், எப்படி மீண்டும் அதே பழைய கனவுலகுக்கு செல்ல முடியும்? எப்படி அவர் வாக்கினை நிறைவேற்றி சாத்தியப் படுத்த முடியும்?

"அதே கேள்விதான் என்னிடமும் இருக்கிறது! மனோதத்துவ துறையின் வல்லுநர்கள் தான் இதற்கான பதிலைக் கூற முடியும். அந்த துறையில் தேர்ச்சி அடைந்த ஒருவரைத்தான் நாம் இப்போது சந்திக்கப்போகிறோம்!...

நீங்கள் சொல்வதுபோல, அந்தத் துறையில் வல்லுநர் என்று யாரும் பாண்டிச்சேரியில் வசிப்பதாக தெரியவில்லையே? இந்தியாவைப் பொறுத்தவரை தாங்கள்தான் லீடிங் மனோதத்துவ நிபுணர்...உங்களை விட வல்லுநர் அங்கே யார் இருக்கக் கூடும்?

டாக்டர் பிரான்சிஸ்

யார்? நாம் பல மாதங்களாக தொடர்பு கொள்ள தேடிக் கொண்டிருக்கும் உலக பிரசித்தி பெற்ற டாக்டர் பிரான்சிசா?

ஆம்!.."உலகின் தலைசிறந்த மனோதத்துவ நிபுணராக இருந்த ஆஸ்திரியாவின் ரெனால்டு ப்ரைட்டின் உதவியாளராக இருந்த அவர்தான், இப்போதைக்கு உலகிலேயே பெஸ்ட் மனோதத்துவ நிபுணர்.. இப்போது அவருக்கு வயது தொண்ணூற்று ஒன்று. வயது முதிர்வின் காரணமாக அவர் இந்த தொழிலுக்கு முழுக்கு

போட்டுவிட்டு இப்போது இந்தியா வந்து, ஆரோவில்லா பகுதியில் ஓய்வெடுத்து வருகிறார்!"…

அவர்தான் இப்போது எந்த நோயாளிக்கும் வைத்தியம் பார்ப்பது கிடையாது என்று சொல்லுகிறீர்களே?…. பிறகு, அவர் எப்படி நமக்கு உதவுவார்?

ஆம்..நீ சொல்வதும் உண்மைதான்…அவர் இப்போது யாருக்கும் மனோதத்துவ ஆலோசனையோ அல்லது சிகிச்சையோ அள்ளிப்பது கிடையாது…அவர் தனது கடைசி காலத்தை நிம்மதியாக ஆரோவில்லாவில் இருக்கும் பண்ணை வீட்டில், மனைவியோடு ஓய்வில் இருந்து கொண்டு, காலம் கழித்து வருகிறார்…

ஒருவேளை அவர் உதவ மறுத்துவிட்டால்?

இப்போதைக்கு இவரை விட்டால் நமக்கு வேறு வாய்ப்பு இல்லை…ஒரு உயிரைக் காப்பாற்ற வேண்டுமென்றால், நாம் அவரை சந்தித்து உதவி கேட்டுத்தான் ஆக வேண்டும்…முயற்சித்துப் பார்ப்போம்"

உதவுவதற்கு அவர் முன்வருவார் என்று நம்புகிறீர்களா?

நிச்சயமாக….

ஒரு மாதிரியான கனவு..கனவில் வரும் ஒரே மாதிரியான இடம்..ஒரே மாதிரியான மனிதர்கள்… அந்த மாதிரியான கனவில் வரும் மனிதர்களுக்கும், நிஜத்தில் கனவு காணும் மனிதர்களுக்கு உறவு என்பது எந்த அளவுக்கு சாத்தியம்? இதுவரை கேள்விபடாத பிரச்சனையாக இருக்கிறதே?

"உண்மைதான்" எனது சர்வீசில் இதை ஒரு வினோத வழக்கு என்றுதான் சொல்லத் தோன்றுகிறது! "எல்லோருக்கும் இப்படி அமையாது". இதுபோன்ற

கனவும் வாய்க்காது! ..இலட்சத்தில், ஏன் கோடியில் ஒருவருக்குத்தான் இப்படி அமையும்...இதுபோன்ற கனவுக்கு அடிமையாகி, அந்தக் கனவோடு ஒன்றிவிட்டால், அதை ஆழ்மனம் பத்திரமாக, அந்தக் காட்சிகளையும், நினைவுகளையும் பதிவு செய்துகொள்ளும். மீண்டும் மீண்டும் கனவு காணும் போதெல்லாம், அந்த ஆழ்மனத்தின் பதிவுகள் அவர்களைத் தூண்டி, அந்த கனவிலேயே ஒரு தேடலைக் கொடுக்கும்! அந்த எதிர்பார்ப்பு பூர்த்தியாகும் வரை, அந்த நோயால் பீடிக்கப் பட்டவர்கள் நிம்மதி இழந்து தவித்துக் கொண்டிருப்பார்கள். அதைத்தான் இப்போது ஆதித்யா அனுபவித்துக் கொண்டிருக்கிறார்!"...

சரிங்க டாக்டர்!...ஆதித்யா சார் திருமணம் ஆனவர்... இரண்டு குழந்தைகள் வேற இருக்காங்க...அவருக்கு கனவுல போனா அது எல்லாம் மறந்திடுமா என்ன?

நல்ல கேள்வி!....பொதுவாகவே, கனவில் செல்லும்போது, ஒவ்வொருவரும் தன்னை புதிதாக பிறந்தவர்கள் போலவே, நினைத்து கொள்வார்கள். அவர்களுக்கு அவர்களின் தன்னிலை விவரங்கள் கனவில் தெரியாது!...கனவின் சுகத்தில் மிதந்து லயித்து இன்பம் காணும் அவர்கள், அதிலிருந்து மீள, மெனக்கிட மாட்டார்கள்!

"இப்ப இருக்குற காலக்கட்டத்துல, சொந்த பெற்றோர்களையே தொந்தரவாக இருக்காங்கன்னு நினைச்சி, அவங்கள கொண்டுபோய் முதியோர் இல்லத்திலோ, இல்லன்னா முதியோர்வாழும்பிளாட்லயோ கொண்டு போய் விட்டுடறாங்க"...அப்படி இருக்கும்போது... கனவுல இருக்குற ஒரு கேரட்டருக்காக, இந்த ஆதித்யா என் இப்படி செய்ய வேண்டும்? ஒருவேளை அவருக்கு மூளை கலங்கி பைத்தியம் முத்திவிட்டதோ? அவருக்காக நாம் தான் நேரத்தை வீணடித்துக் கொண்டிருக்கிறோமோ?

இல்லை விஷாலினி... எனக்கு அப்படி தெரியவில்லை...அந்த ஆடியோ பதிவை நீயும் கேட்டாய் தானே?. அது எனக்கு உளறல் போல தெரியவில்லை.... நாம் ஆதித்யாவுக்கு உரிய சிகிச்சையை உடனே அளிக்காவிட்டால், அவர் நிச்சயம் தற்கொலை செய்து கொள்வார். இல்லையென்றால், ஆழ்நிலை கோமாவுக்கு சென்று விடுவார். பிறகு அவரை மீட்டு கொண்டுவருவதற்கு நூறு சதவீகிதம் வாய்ப்பே கிடையாது.

"நாளை நிச்சயம் வருவேன்"...."உனக்கான மண்ணை மீட்டு உனது தந்தையையும் காப்பாற்றி கொண்டுவந்து உன்னிடம் சேர்த்து, மீண்டும் அவரை உங்கள் தேசத்துக்கு அரசனாக்குவேன். உன்னையும் மணம் முடிப்பேன். இதற்காக, படைதிரட்டிக் கொண்டு, நிச்சயம் நாளை வருவேன் என்று சபதம் செய்து இருக்கிறார்!... "ஒருவேளை ஆதித்யா வாக்களித்தது போல, அவர் அந்தக் கனவுக்குள் சென்று அந்தப் பெண்ணைக் காப்பாற்றாமல் போனால், என்ன ஆகும்? அவர் வாக்கு கொடுத்ததாக கூறி பத்து ஆண்டுகள் கடந்துவிட்டதே...?

தொடர் கனவைப் பொருத்தவரை, ஒரு நாள் கழித்து கண்டாலும், ஒரு வருடம் கழித்து கண்டாலும், மீண்டும் அந்தக் கனவில் இணையும்போது நடக்கும் நிகழ்வுகள் எல்லாம் ஒரே கோர்வையாகவும், அடுத்தடுத்து இடைவெளி இன்றி தொடர்ந்து நடப்பது போலவும்தான் தெரியும்!..கனவில் இடைவெளி என்பது பெரிதாக தோன்றாது! அதனால் பிரைச்சனை ஒன்றுமில்லை... அந்த கனவில் மூழ்கி பாதிக்கப்பட்டு இருப்பவர்களின் நிகழ்கால நடவடிக்கைகளைப் பொறுத்துதான், நாம் அவருக்கு வழங்கும் சிகிச்சையின் முக்கியத்துவம் இருந்து கொண்டிருக்கிறது!.. ஒரு கனவின் தேவைகளை நிறைவேற்ற முடியாமலோ அல்லது அந்த தொடர்

கனவுக்குள் செல்ல முடியாமல் அல்லாடும் மனிதர்களை, அந்தக் கனவின் பின்னூட்ட நினைவுகள் கொஞ்சம் கொஞ்சமாக அவர்களின் நினைவுக்குள் சென்று, அவர்களை தொந்தரவு செய்யும்...அப்படி தொந்தரவு செய்யும் நினைவுகளோடு பரஸ்பரம் நேரம் செலவிட அந்த கனவால் பாதிக்கப்பட்டவர்கள் தங்களை தனிமைப் படுத்திக்கொள்வார்கள்.. அந்தத் தனிமையோடு அவர்கள் பலமணி நேரமோ நாட்களோ செலவிட்டுக் கொண்டிருப்பார்கள்...எப்போது மீண்டும் அந்த தொடர் கனவோடு சேருவோம் என்று காத்திருப்பார்கள்... ஒருவேளை அந்தக் கனவு வராமலே போய்விடுமோ என்ற அச்சம் அவர்கள் மனதில் தோன்றினால், அந்தக் கனவோடு இணைய அவர்கள் தங்கள் உயிரை மாய்த்துக் கொள்ளவும் தயங்க மாட்டார்கள்...அதுதான் இந்த ஆதித்யா கேசிலும் நடந்து கொண்டிருக்கிறது.

என்ன சொல்கிறீர்கள்?....ஒரு கனவுக்காக உயிரை மாய்த்துக் கொள்வார்களா...?

ஆம்...நூறு சதவீகிதம் அதற்கு வாய்ப்பு உள்ளதாக பல ஆராய்ச்சிகள் சொல்லுகிறது..

என்னால், இதை இன்னமும் நம்ப முடியவில்லை டாக்டர்... டாக்டர் பிரான்சிஸ் இந்த கேசுக்கு எந்த அளவுக்கு உதவியாக இருப்பார்?

அவர் ஒருவரால் மட்டும்தான். கனவில் சஞ்சரித்து பாதிக்கப்பட்டு, கோமா வரை செல்பவர்களை மீட்டுக் கொண்டுவர முடியும்...அவர் அப்படி பல சாதனைகளை ஏற்கனவே நிகழ்த்தி இருக்கிறார்..

வாவ்....இப்படி ஒரு மாமனிதர் நமது பாண்டிச்சேரியில் இருந்து கொண்டிருக்கிறாரா?

ஆம்!..."நிறைகுடம் நீர் தளும்பாது" என்று சொல்லுவார்களே...அதுபோல நிறைய திறனும், ஏராளம் சாதித்தவர்களும் இருக்கும் இடம் எளிதாக வெளியே தெரியாது...அவர்களும் அதை தன்னிச்சையாக வெளிப்படுத்திக் கொள்ளவும் மாட்டார்கள்"..

உண்மைதான் டாக்டர்....

"அவர்களது இப்போது கார் ஆரோவில்லாவில் டாக்டர் பிரான்சிஸ் வீட்டின் முன்பாக ஓரம்கட்டி நிறுத்தப் பட்டிருந்தது"

சார்!...சார்!..நீங்கள் சொன்ன முகவரி சரிதானா? என்று டிரைவர் கேட்டான்....

சரிதான்!...ஏன் எதற்காக கேட்கிறாய்..? ஏதாவது தவறான பாதையில் போய்விட்டாயா?

இல்லை சார்!...நீங்கள் சொன்ன முகவரியில்தான் இருக்கிறோம்..வீடு பூட்டப் பட்டு இருக்கிறது...

"வீடு பூட்டப்பட்டு இருக்கிறதா?"

ஆமாம் சார்...நீங்கள் ஏதோ சுவராஸ்யமாக பேசிக் கொண்டிருந்தீர்கள்...அதனால் உங்களை தொந்தரவு செய்ய வேண்டாம் என்று நீங்கள் கூறிய முகவரி வந்ததும், அந்தக் கேட் பூட்டியிருப்பதை பார்த்துவிட்டு, அக்கம் பக்கம் விசாரித்தேன்.. இந்த வீட்டில் வசித்தவர்கள் ஆறு மாசத்துக்கு முன்பாகவே வேறு எங்கோ சென்று விட்டார்களாம்....

வேறு எங்கோ என்றால்?

ஆமாம் சார்... அதையும் விசாரித்தேன்...அவர் இப்போது நாமக்கல் மாவட்டம் கொல்லிமலையில் வசித்து வருகிறாராம்...

கொல்லி மலையா?

ஆமாம் சார்....போன் நெம்பரைக் கூட கேட்டு வாங்கி வந்திருக்கிறேன்..என்று சொல்லிவிட்டு ஒரு துண்டுச் சீட்டை டாக்டரிடம் நீட்டினான் டிரைவர்..

அதை வெடுக்கென்று பிடுங்கிய டாக்டர் நீலகண்டன் "உடனே இந்த எண்ணுக்கு போன் செய்" என்று விஷாலினியை துரிதப்படுத்தினார்!..

அவள் அந்த எண்ணுக்கு போன் செய்தாள். அந்த எண் தொடர்பு எல்லைக்கு வெளியே இருந்தது!

நம்பர் போகவில்லை...அவர் சிக்னல் இல்லாத இடத்தில் இருந்து கொண்டிருக்கலாம்" என்று சொன்னாள் விஷாலினி...

உடனே டிரைவரை பார்த்தவர் "அவரின் முகவரியை கேட்டு வாங்கி வா...என்று அவசரப் படுத்தினார் நீலகண்டன்..

"அதையும் வாங்கிவிட்டேன்" என்று மற்றொரு துண்டு சீட்டை எடுத்துக் கொடுத்தான் அவன்...

சரி...உடனே இந்த முகவரிக்கு காரை செலுத்து என்றார் நீலகண்டன்...

# அத்தியாயம் - 7

"எனக்கு ஒரு உதவி தேவை...செய்வாயா?"

டேய் மச்சான்!...நான் உன்னோட நண்பன்டா!.... "யார்கிட்டயோ பேசற மாதிரி பேசற? என்னடா ஆச்சு உனக்கு?

ஒன்றுமில்லை....சின்ன குழப்பம்!....

சரி..சரி...இப்போ நீ எங்க இருக்க?

ஆந்திரா வரைக்கும் போலாம்னு கிளம்பிக்கிட்டு இருக்கேன்....

"வர வர நீ பண்றது ஒண்ணுமே சரி இல்லடா!....."என்ன விட்டுட்டு நீ மட்டும் தனியாக ஆந்திராவுக்கு போகப் போறியா? "இதுவும் என்னடா புது பழக்கம்?....நாம ரெண்டு பெரும் பிசினஸ் பாட்னர்ஸ் அப்படிங்கறத விட நல்ல நண்பர்கள்...இதெல்லாம் நினைவில் இருக்கிறதா? இல்லை..ஒருவேளை...?

இல்ல நான் கொஞ்சம் பர்சனல் விஷயமா போறேன்.. அதான் உன்ன கூப்பிடல...

ஓகோ...சார், உங்களுக்கு ஆயிரம் பர்சனல் விஷயம் இருக்கும். நீங்க வேற, நான் வேறன்னு பிரிச்சி பாக்க ஆரம்பிச்சிட்டிங்க.....நல்லது!...நீங்க போயிட்டு வாங்க... நான் உங்களை தொந்தரவு செய்யயல....

அதில்லைடா...அது வந்து...

ஆம்...அப்படி பேசு...இன்னும் அரை மணி நேரத்துல, கார் என் வீட்டு வாசல் முன்னாடி இருக்கணும். நான் அதுக்குள்ள ரெடியா இருப்பேன்....

சரிடா...சீக்கிரம் கௌம்பு...

ஓகே....

சில மணி நேர்த்தில், இருவரும் சென்று கொண்டிருந்த கார் சென்னையின் போக்குவரத்து நெரிசலை மிதந்து கடந்து, புழல் அருகே கொல்கத்தா செல்லும் தேசிய நெடுஞ்சாலையில் ஆந்திரா நோக்கி சென்று கொண்டிருந்தது.

என்னடா திடீர்னு?

ஆந்திராவுல ஒரு சின்ன வேலை...

நான் அதைபத்திக் கேட்கல....என்ன விட்டுட்டு பாரின் ரேர்லாம் எல்லாம் போயிருக்க?

ரேரா...நீ எதைப்பற்றி கேட்கற?

எல்லாம் எனக்கு தெரியும்...இதுக்கு மேல எதையும் மறைக்காத....ஒழுங்கா உண்மைய சொல்லு....

இப்போது ஆதித்யாவின் விழிகள் மித்ரனை நோக்கி திரும்பியது. அவன் சாதாரணமாகத்தான் அந்த கேள்வியை எழுப்பி இருப்பான் என்று அவனது இயல்பான தோற்றம் தெரிவிக்கவே, "நீ ஹாங்காங் போயிட்டு வந்தத பத்திதானே கேட்கற? என்று சொல்லிவிட்டு மீண்டும் அவனை உற்று நோக்கினான்...

"அதான் தெரியுது இல்ல...என்ன விட்டுட்டு போற அளவுக்கு அப்படி என்ன முக்கிய வேலை? என்று சொல்லியபடி திடீர் கோபத்தை வெளிப்படுத்தினான் மித்ரன்

அதற்கு ஆதித்யா "மச்சான் கோவிச்சிக்காதடா! என்று மித்ரனின் தோளை தட்டியவன், ஒரு அவசரமான பிசினஸ் மீட்டிங், அதான் போயிட்டு வந்தேன்" என்று சொன்னான்...

ஓகோ...அப்படின்னா நீ மட்டும்தான் பிசினஸ் பண்ற, நான் சும்மா வெட்டியா சுத்திக்கிட்டு திரியறேன். அப்படித்தானே சொல்ல வர...நீயும் நானும் சேர்ந்துதான் நம்ம நிருவனத்த நடத்திக்கிட்டு இருக்கோம். அதுவாவது உண்மையா? இல்ல..என்ன பிசினஸ் பாட்னர்ல இருந்து தூக்கிட்டியா? மீண்டும் கோபம் காட்டினான் மித்ரன்

புரிஞ்சிக்கோடா...எல்லாம் நம்ம கம்பெனி அடுத்த லெவலுக்கு கொண்டுபோகணும் அப்படிங்கற நல்ல நோக்கத்துல தான் நான் ஹாங்காங் போயிட்டு வந்தேன்..அத்தோடு நீயும் சென்னையில அப்ப இல்ல...நீ நொய்டாவுக்கு நம்ம பிசினஸ் விஷயமாக முக்கியமான மீட்டிங்கு போயிருந்த, சரி உன்ன தொந்தரவு செய்ய வேண்டாமேன்னு"...என்று அவனை ஆறுதல் படுத்த முயன்றான் ஆதித்யா...

அதற்கு மித்ரன் "நீ சொல்றது உண்மைன்னா, ஏன் அந்த ஹாங்காங் பார்ட்டி நமக்கு ஆர்டர் கொடுக்கல, நானும் ஆபிஸ் பைல பாத்தேன். அதுல ஹாங்காங் ல இருந்து புது கிளைன்ட் யாரோடையும், நாம சமீபத்துல பிசினஸ் வச்சிக்கிட்ட மாதிரி எதுவும் இல்லையே?

டேய்!...இப்ப உன்னோட பிரச்சனை என்ன? ஏன் இப்படி கேள்வி மேல கேள்வியா கேட்டு உசுர வாங்கற?... நமக்கு கிடைக்க வேண்டிய ஆர்டர நம்மோட போட்டி கம்பெனிங்க, குறைந்த விலைக்கு கொட்டேஷன் கொடுத்து தட்டி பறிச்சிக்கிட்டாங்க!...அதுக்கு நான் என்ன பண்றது? நான் போயிட்டு வந்த செலவ நம்மோட

கம்பெனி கணக்குல சேக்கல"...என்று சொல்லியபடி கோபம் கொண்டான் ஆதித்யா...

ஓகோ..சார் நமக்குள்ள கணக்கு வழக்கு எல்லாம் பாக்க தொடங்கிட்டீங்களோ? நீ பண்ற எதுவுமே சரியா இல்லடா...ஏதோ தப்பா தெரியுது..என்னோட சின்ன வயசில இருந்து, நீ நல்ல நண்பனா இருக்கியேன்னு உன்கிட்ட உரிமை எடுத்துக்கிட்டு, எல்லாத்தையும் கேட்டுகிட்டு இருக்கறேன்...இப்பத்தான் எனக்கு புரியுது..நீ அப்படி இல்லன்னு!..என்று வருத்தம் கலந்த குரலில் சொன்ன மித்ரன் "இனிமே நான் உன்கிட்ட எந்த கேள்வியும் கேட்க மாட்டேன்" என்று சொன்னான்...

சாரிடா...இனிமே உன்கிட்ட எதையும் மறைக்க மாட்டேன் போதுமா"...

நம்பிட்டேன்...

சத்தியம்டா...

சரி...அப்படினா ஏதோ டாக்டர் கிட்ட ட்ரீட்மென்ட் எடுத்துக்கிட்டு இருக்கியாமே?...

அவன் கேட்ட அந்த கேள்வி ஆதித்யாவின் உள்ளத்தில் சுருக்கென்று குத்தினாலும், அதை வெளிக்காட்டிக்கொள்ள விரும்பாத அவன் "யாரு என்னோட செகரட்டரி மிருதுளா சொன்னாளா?

யார் சொன்னா என்ன? அது பிரச்சனை இல்ல..நீ ஏன் எங்கிட்ட சொல்லல?...யாரே மூணாவது ஆளுங்க சொல்லி அத நான் தெரிஞ்சிக்கணுமா?

அது சாதாரண வழக்கமான செக்கப் தாண்டா? நான் அந்த கனவு பிரச்சனை பத்தி உன்கிட்ட சொல்லி இருக்கேன் இல்ல..அதுக்காக யாழினி தான் அந்த டாக்டர

ரெகமன்ட் பண்ணா, அதான் சும்மா செக்கப் பண்ண போயிருந்தேன்..

சாதா ட்ரீட்மென்ட்டோ! ஸ்பெஷல் ட்ரீட்மென்ட்டோ!... ஏன் எங்கிட்ட சொல்லாம மறைச்ச...?

உன்கிட்ட சொல்லக் கூடாதுன்னு இல்ல....இது ஒரு சின்ன விஷயம்....அதான் சொல்லலை...

சார் எங்கிட்டயே டிஸ்டன்ஸ் மெயின்டெயின் பண்றீங்களோ?...

பாத்தியா...நீ இப்படி ஏதாவது நினைச்சிப்பன்னுதான் உன்கிட்ட எதுவும் சொல்லல...

டேய்..நான் உன் நண்பன்டா....எங்கிட்ட எதுவா இருந்தாலும் சொல்லு...

சரிடா....

இப்ப எங்க போறோம்?. யாரை மீட் பண்ணப் போறோம்?...

வாரியங்காவல்...அங்க ஒரு சாமியார மீட் பண்ணப் போறோம்..

என்னது சாமியாரா? என்னடா ஆச்சு உனக்கு? உனக்கு சாமி, சாமியார் இந்த மாதிரி விஷயத்துல, நம்பிக்கை இருந்ததே கிடையாது. இப்ப என்ன திடீர்னு?

"எனக்கே இதெல்லாம் புதுசாதான் இருக்கு"...போக வேண்டிய கட்டாயம்..காலத்தின் கோலம்..விதியின் விளையாட்டு..அதான் நானும் எல்லாவற்றையும் நம்ப ஆரம்பிச்சிட்டேன். பல பேர் இவரோட புகழ ஆஹா, ஓஹோன்னு சொல்லிக்கிட்டு இருக்காங்க...அதான் போய் அவரை சந்திச்சிட்டு வரலாம்னு..போய்கிட்டு இருக்கேன்...

டேய்..நீ எதை எதையோ பேசி, திரும்பவும் எதையோ, எங்கிட்ட இருந்து மறைக்கற? உனக்கும் யாழினிக்கும் ஏதாவது பிரச்சனையா?

அதெல்லாம் ஒண்ணுமில்ல....நீயும் தானே கூட வர... அங்க வந்து மத்தத தெரிஞ்சிக்கோ...

சரி..என்னவோ பண்ணு...அந்த சாமியார் பேரக் கூடவா சொல்ல மாட்ட?

"சக்கரை பாவா."..

டேய்...அது கோவில் இல்லையே...அந்த பாவா இருக்கறது ஒரு மசூதியாச்சே!...

ஓ..உனக்கும் அவரைப்பற்றி தெரியுமா? பரவாயில்ல.. அதனால என்னடா?...கடவுள் எந்த ரூபத்துல இருந்தா நமக்கென்ன?....நமக்கு நல்லது செஞ்சா சரிதான்...

அடப்பாவி...நீ ஏதோ திட்டத்தோடதான் எல்லாத்தையும் பண்ணிக்கிட்டு இருக்கேன்னு நெனைக்கிறேன்...

ஒரு திட்டமும் இல்ல!...அதோ மசூதி வந்தாச்சு...கூட வா எல்லாத்தையும் தெரிஞ்சிப்ப...

சற்று நேரத்தில், அந்த மசூதியில் வாசலின் வடபுறமாக காரை ஓரமாக மித்ரன் நிறுத்த, இருவரும் காரிலிருந்து இறங்கி, அங்கிருந்த மசூதியின் உள்ளே நுழைந்தார்கள்...

# அத்தியாயம் - 8

அந்த அமாவாசை இரவு நேரத்தில், மசூதிக்குள் மக்கள் கூட்டம் அங்கும் இங்கும் அலைமோதிக் கொண்டிருந்தார்கள்..

"மச்சான் நீ உள்ள போ! எனக்கு போன் வருது..நான் உன் தங்கச்சி கீதாவா கொஞ்சம் கூல் பண்ணிட்டு வரேன்... இன்னைக்கு அவ பிறந்த நாள்..நான் கூட இல்லாம, உன் கூட ஆந்திரா கிளம்பி வந்ததுல பயங்கர கோபத்துல இருக்கா"...என்று சொன்ன மித்ரன் போனை எடுத்து காதில் வைத்தபடி மசூதியிலிருந்து வெளியே வந்தான்...

ஓகே..ஓகே...நேரா சமாதி இருக்குற கூடத்துக்கு வந்திடு..நான் அங்கதான் இருப்பேன்" என்று சொல்லிவிட்டு ஆதித்யா உள்ளே செல்ல ஆரம்பித்தான்...

ஆதித்யா எதிரில் போன் பேசுவது போல பாவனை செய்த மித்ரன் உண்மையில் அப்போதுதான் போன் செய்தான்..

மறுமுனையில் லைன் கிடைக்க சற்றும் தாமதம் ஆகவில்லை..." சொல்லுங்க அண்ணா!...என்றது யாழினியின் குரல்..

நாங்க இப்போ ஆந்திராவில இருக்குற வாரியங்காவல் மசூதியில இருக்கோம்..

சரிங்க அண்ணா!...

இப்போ நான் சொல்றத கவனமா கேளு...அவனோட ரூமா மொத்தமாக செக் பண்ணு...ஏதாவது புதுசா கெடைச்சா, உடனே டாக்டர் நீலகண்டன் சாருக்கு தகவல் சொல்லு..நானும் அவனும் ஒண்ணாதான் இருப்போம். அதனால, எனக்கு போன் எதுவும் பண்ண வேணாம்!..

அப்படியே பண்றேன்..

இன்னொரு முக்கியமான விஷயம்

சொல்லுங்க...

அவன் போன வாரம் வைதீஸ்வரன் கோவிலுக்கு போயிட்டு வந்திருக்கான்..

என்னது வைதீஸ்வரன் கோவிலுக்கா...எங்கிட்ட திண்டிவனம் போறேன்னு தானே சொல்லி இருந்தாரு...

இப்ப அது முக்கியம் இல்ல...அவன் கார்ல ஜிபிஎஸ் இருக்கறதால, அவன் எங்க இருந்து எங்க போறான், எந்த இடத்துல கார நிறுத்துறான்..எவ்வளவு நேரம் கார் அங்க நிக்குது அப்படின்னு, எல்லா தகவலையும் எடுத்துடலாம்.. நீ என்ன பண்றேன்னா, நம்ம தஞ்சாவூர் கம்பெனி கிளை ஆபிஸ்ல ராகவன்னு ஒருத்தன் இருக்கான். அவன் ரொம்ப நம்பிக்கையான ஆளு..அவன உடனே வைதீஸ்வரன் கோவிலுக்கு அருகில் இருக்கற அந்த இடத்துக்கு போக சொல்லி, அங்க யாரை சந்தித்தான்! என்ன நடந்தது அப்படின்னு விசாரிச்சிட்டு வரச் சொல்லு"...

சரிங்க அண்ணா..உடனே கால் பண்றேன்...

ம்..அப்படியே, மிருதுளா கிட்ட போன் பண்ணி, ஆதித்யாவோட கடைசி மூணு மாச பேங்க் ஸ்டேட்மென்ட், கிரிடிட் கார்டு, எல்லாத்தையும் செக் பண்ணச் சொல்லு...குறிப்பாக, அவனோட கடைசி மூன்று மாச வங்கிக்கணக்கில் இருந்து யாருக்கெல்லாம் பணம்

சென்றிருக்கிறது என்ற தகவலை உடனே எனக்கு மெயில் அனுப்பச் சொல்லு!"..

சரிங்க....

இந்தக் கடைசி மூணு மாசமா, அவன் பண்ற ஒவ்வொரு விஷயமும் புதுமையா இருக்கு!...அவன் என்ன பண்றான்?..என்ன பண்ணப் போறான்னு ஒண்ணுமே புரிய மாட்டேங்குது!...நாங்க கார்ல வர அப்போ, நான் அவன்கிட்ட எனக்கு தெரியாம பாரின் டூர் ஏன் போன? அப்படின்னு நான் கேட்டப்ப அவன் முகம் மாறிய விதம் இருக்கே, அப்பப்பா என் ஈரக்குலையே நடுங்கிப் போச்சு... நீயும், டாக்டர் நீலகண்டனும் சொன்ன போது கூட நான் நம்பல, ஆனா இப்போ நம்பறேன். அவனுக்கு ஏதோ பெரிய பிரச்சனை நிச்சயமா இருக்கு...

சரி அண்ணா...அவர் ஏன் ஆந்திரா போகணும்? அதுவும் சக்கரை பாவா மதூதிக்கு?

"அதற்கான காரணம் இன்னும் சரியாக தெரியல!"... ஆனா கண்டிப்பா நான் அந்த ரகசியத்த கண்டு பிடிச்சிடுவேன்...

சரிங்க அண்ணா..அந்த மதூதி எதுக்கு பேமஸ்? ஏன் அவரு அங்க போகணும்?

எங்கிட்ட அதுக்கான பதில் இல்ல...ஆனா..நம்ம தஞ்சாவூர் கிளையில இருக்கற ராகவன், ஏன் ஆதித்யா வைதீஸ்வரன் கோவிலுக்கு வந்தான் அப்படிங்கற தகவல விசாரிச்சு சொன்னதான், இவன் ஏன் இங்க வந்திருக்கான் அப்படிங்கறத, நாம கண்டுபிடிக்க முடியும்"..

சரிங்க அண்ணா!..நான் இப்பவே ராகவனுக்கும், மிருதுளாவுக்கும் போன் பண்ணி தகவல சொல்லிடறேன்..

தகவல் கிடைச்சதும்,..உன் நம்பர்ல இருந்து நீ ஆதித்யாவுக்கு போன் பண்ணு, அதை நான் புரிஞ்சிக்கிட்டு, தனியா வந்து உனக்கு உடனே நான் கால் பண்றேன்..

சரிங்க அண்ணா...

ஓகே...போன் கட் பண்றேன்..நான் சொன்ன மாதிரி எதுக்கும் இன்னொரு தடவை ஆதித்யா ரூமை தரவா செக் பண்ணு..

சரிங்க அண்ணா..'

போனை கட் பண்ணி முடித்துவிட்டு, மசூதிக்குள் நுழைந்த மித்ரன் நேராக, அந்த மசூதியின் மையப் பகுதியில் சமாதி இருந்த கூடத்துக்குள் கூட்டத்தை விலக்கியபடி வந்து சேர்ந்தான்..

அங்கு ஆதித்யா எங்கும் தென்படவில்லை..

சுற்றும் முற்றும் நோக்கினான்...

அங்கே, சில பக்தர்கள் பயபக்தியோடு ஒரிடத்தில் இருந்த ஆளுயர குத்து விளக்குக்கு எண்ணை ஊற்றுவதும், சிலர் அந்த சமாதியை கையெடுத்து கும்பிட்டு வணங்கிக் கொண்டிருப்பதும், ஒரு சிலர் அந்த சமாதியில் பச்சை நிறத்தில் போர்த்தியிருந்த இடத்தில் சாம்பிராணிப் புகையை தூவிக் கொண்டிருப்பதையும் கவனித்தான்..

எங்கே போய் இருப்பான்? என்ற யோசனையோடு அந்த கூடாரத்தின் வெளிப்பக்கம் அருகிலிருந்த ஜன்னலின் வழியே தனது பார்வையை செலுத்தினான்..

அங்கே, யாரோ ஒருவருடன் ஆதித்யா தீவிரமாக உரையாடிக் கொண்டிருப்பதை கவனித்தான்..

சற்றும் தாமதம் செய்யாமல், அவர்களை நோக்கி மெல்ல நடையைப் போட்டன் மித்ரன்..

அத்தோடு அவர்களை நெருங்க, நெருங்க அவர்கள் என்ன பேசிக் கொள்கிறார்கள் என்பதை கவனிக்க தமது செவிகளை கூர் தீட்டியபடி அவர்களை நோக்கி மெதுவாக அணுகினான் மித்ரன்..

ஆதித்யாவோடு பேசி கொண்டிருந்தவன் "இல்லை... அதெல்லாம் சாத்தியமே இல்லை..அதுவும் தவிர நான் இங்கே பல ஆண்டுகளாக இருந்து கொண்டிருக்கிறேன். இதுவரை, அதுபோல ஒரு சம்பவம் இங்கே நடந்ததாக நான் கேள்விப்பட்டதே இல்லை. நீங்கள் தவறான இடத்துக்கு வந்து விட்டீர்கள் என்று நினைக்கிறேன். யாரோ உங்களிடம் இல்லாத பொல்லாத கட்டுக் கதையை அவிழ்த்து விட்டு இருக்கிறார்கள். அதையெல்லாம் நம்ப வேண்டாம்" என்ற உரக்க கூறிக் கொண்டிருந்தான்...

அக்கணம், மித்ரன் தன்னை நெருங்கி வந்து கொண்டிருக்கிறான் என்பதை உணர்ந்த ஆதித்யா "பரவாயில்லை...அதனால் பிரச்சனை ஒன்றும் இல்லை... நான் சரியான இடத்துக்குத்தான் வந்து சேர்ந்து இருக்கிறேன்..வழியில் வண்டியோட்டி சென்ற வியாபாரி, ஒரு பிடி சக்கரை கேட்ட பாவாவைப் பார்த்து ஏளனம் செய்து, அலட்சியம் செய்தவனுக்கு தக்க பாடம் புகட்டி இருக்கிறார். பிறகு மயிரா, மண்ணாங்கட்டியா? என்று கேட்டவனின் திமிரை அடக்கி அவனுக்கு இறையருளை புகுத்தியும் இருக்கிறார்" அவரின் கருணையே கருணை என்று சொல்லியபடி அவனிடம் இருந்து விடைபெற்று மித்ரனை நோக்கி நடக்கத் தொடங்கினான் ஆதித்யா..

என்ன ஆயிற்று? ஏதும் பிரச்சனையா? ஏன் அந்த நபர் கோபமாக உன்னிடம் பேசினார்?

உனது கண்ணுக்கு பிரச்சனை மட்டும்தான் தெரியுமா? இந்த மதூதி புனிதத் தலம், தீமைகளை பொசுக்கி நன்மைகளை பெருக்கும் புனிதக் கூடம்..

அதோ போகிறானே, அவனோடு சற்று நேரம் இந்த மதூதியின் வரலாறு குறித்தும் அதன் பூர்வங்கம் குறித்தும் விவாதித்துக் கொண்டிருந்தேன்..ஒரு கொடுமை என்னவென்றால், பல காலமாக இங்கே வாசம் செய்யும் அவனுக்கே அதன் மகிமை தெரியவில்லை..நான் தான் எடுத்துக் கூறினேன்" என்று சொல்லிவிட்டு சிரிக்கத் தொடங்கினான் ஆதித்யா..

ஆம்!..நிறைய பேருக்கு தாங்கள் இருந்து கொண்டிருக்கும் இடத்தின் மகிமை புரிவது கிடையாதுதான்" என்று பதிலுக்கு மித்ரனும் சொன்னான்..

அந்நேரம் மித்ரனின் போன் ஒலித்தது....தனது சட்டை பாக்கெட்டில் இருந்து போனை எடுத்தான்..

யார் போனில்?

வேறு யாராக இருக்கும்..எல்லாம் உனது தங்கை கீதாதான்..

இன்னுமா நீங்கள் சமரசம் ஆகவில்லை..

அதெல்லாம் அப்படித்தான்..நீ போய் வந்த வேலையைப் பார்..அதற்குள் நான் அவளோடு போனில் பேசிவிட்டு வந்து விடுகிறேன்...

நான் வந்த வேலை முடிந்து விட்டது..

அப்படியென்றால் காரில் சென்று அமர்ந்து காத்திரு, நான் சற்று நேரத்தில் வந்து விடுகிறேன்...

சரி...சீக்கிரம் வா " என்று சொல்லிவிட்டு அங்கிருந்து திரும்பி நடக்கத் தொடங்கினான் ஆதித்யா...

அவன் தமது கண் பார்வையில் இருந்து மறையும் வரை சும்மா போன் பேசுவது போல பாவனை செய்த மித்ரன், அடுத்த கணம் சற்று முன்பாக ஆதித்யா வோடு

பேசிக்கொண்டிருந்த மனிதன் சென்ற திசையை நோக்கி ஓட்டம் பிடித்தான்..

அந்த மைதானத்தில் இருந்து கொஞ்ச தூரம் இருந்த உணவுக் கூடத்தில் இருந்த அந்த மனிதன், அங்கிருக்கும் மனிதர்களோடு உரையாடிக் கொண்டிருப்பதை கவனித்தான். அவரை நோக்கி சென்று அவரை தனிமையில் அழைத்தான்...

"சற்று முன்பு உங்களோடு பேசிக் கொண்டிருந்தாரே, அவர் எதைப் பற்றி பேசினார்? என்ன கேட்டார்?

அவர் உங்களுக்கு தெரிந்தவரா?

ஆம்..எனது நண்பன்...

அவருக்கு சித்தபிரம்மையா?

இந்தக் கேள்வி மித்ரனை குழப்பம் கொள்ளச் செய்ய "ஏன் அப்படி கேட்கிறீர்கள்?

அவர் கேட்பது, பேசுவது எதுவுமே எனக்கு சரியாக விளங்கவில்லை..ஆனால் ஒன்று மட்டும் புரிகிறது...அவர் இங்கே வருவது இது முதன்முறை அல்ல

அப்படியென்றால்?

இதற்கு முன்பாக, சரியாக சொல்வது என்றால் கடந்த இரண்டு ஆண்டுகளுக்கு முன்பாக "செய்வினை செய்கிறோம், அதை செய்வோம், இதை செய்வோம், பில்லி சூனியத்தை ஏவுவோம், இறந்தவர்களோடு பேச வைப்போம், பூர்வ ஜென்ம பந்தம் குறித்த தொடர்பை புதுப்பிப்போம் என்றெல்லாம் போலியாக வதந்தியை பரப்பி, இங்கு வரும் மக்களிடம் பணம் வசூல் செய்து கொண்டு, எங்கள் தர்காவில் தங்கியிருந்த ஒரு போலி மந்திரவாதியை கண்டுபிடித்து போலீசில் ஒப்படைத்து இருந்தோம். விசாரணையில், அவன் எங்கள் தர்கா

பெயரை பயன்படுத்தி எங்களுக்கு களங்கம் விளைவிக்கப் பார்த்தவன் என்பது உறுதியாயிற்று!

அதனால் என்ன? தவறு செய்வர்களை சட்டத்தின் முன்பாக நிறுத்துவதில் தவறு ஒன்றும் இல்லையே...

உங்கள் நண்பர் அவரைப் பற்றி கேட்டு, அவரின் முகவரியை தரும்படி என்னிடம் நச்சரித்தார்.. அதனால்தான் நான் சினமுற்று அவரை எச்சரித்தேன். அத்தோடு அதுபோன்ற நபர்களோடு தொடர்பு வைத்துக் கொள்ள வேண்டாம் என்றும் சொல்லி அறிவுரை கூறிக் கொண்டிருந்தேன்.. அப்போதுதான் நீங்களும் வந்து சேர்ந்தீர்கள்...

ஓ..சேதி அதுவா?

ஆம்!...இதுபோன்ற போலி நபர்களின் எண்ணிக்கை, இப்போது ஊரெங்கும் அதிகரிக்கத் தொடங்கிவிட்டது. உங்கள் நண்பரிடம் கூறி, அதுபோன்ற நபர்களிடம் பணம் கொடுத்து ஏமாறாமல் இருக்கச் சொல்லுங்கள்

"நிச்சயமாக சொல்கிறேன்"..என்று அந்த மனிதரிடம் சொல்லிவிட்டு, அங்கிருந்து மசூதி வாசலில் நிற்கும் காரை நோக்கி நடந்து கொண்டிருந்த மித்ரனின் மூளை இப்போது துரிதமாக செயல்படத் தொடங்கி இருந்தது...

# அத்தியாயம் - 9

"நான் மிகவும் சாந்த குணம் கொண்டவன்"...

எல்லா உயிர்களையும் சமமாக பாவிப்பவன்!..."எளியோரை வலியோர் வாட்டினால், வலியோரை தெய்வம் வாட்டும்" என்ற கருத்தில் உறுதியான நம்பிக்கை கொண்டவன். யாரையும் துன்புறுத்தும் எண்ணம் எனக்கு எப்போதும் தோன்றியதில்லை!...

சில வேளைகளில், பரம சாதுவான எனது உணர்வின் வெளிப்பாடு கொலைவெறியை தூண்டிவிடுகிறது... இதற்கெல்லாம் காரணம் அந்த பாழாய்ப் போன தொடர் கனவும், அந்த கனவினை நான் எட்டக் கூடாது என்று இடைஞ்சல் செய்பவர்களும்தான்"

சரி..எனது சுய புராணத்தை, உங்களிடம் எடுத்துக் கூறி நேரம் கடத்துவதை விட, அன்று நான் எனது கனவின் கதையை தொடக்கத்திலேயே எனது மனைவி குளியலறைக் கதவை தட்டியதால் மீதக் கதையை உங்களுக்கு சொல்லாமல் விட்டுவிட்டேன் அல்லவா?, அந்த கதையினை இப்போது உங்களுக்காக தொடர்கிறேன்..

"எனது நெஞ்சுக்கு நேராக அவள் நீட்டியிருந்த குறுவாள் எனது உயிரினை எப்போது வேண்டுமானாலும் எடுத்துவிடும் முனைப்பில் தயாராக இருந்தது...

ஆனால், "அதனை நான் ஒரு பொருட்டாக எடுத்துக் கொள்ளவில்லை!" ..காரணம், அவளின் விழியம்புகள்

வீசிய பார்வை, எனது இதயத்தை பிளந்து எனது உயிரினை அதற்கு முன்பே பருகிக் கொண்டிருந்தது!..

"உண்மையை சொல்ல வேண்டும் என்றால், உயிரை பறிக்க காத்திருக்கும் அவளின் கையில் இருந்த கொடிய ஆயுதத்தைவிட, எனது உயிரைப் பருகிக் கொண்டிருந்த அவளின் விழி எனும் பேராயுதத்தை நான் பெரிதும் விரும்பினேன். "இன்னும் ஏன் தாமதம்? உனது ஆசையை நிறைவேற்றிக்கொள்" என்று புன்னகையோடு அவளைப் பார்த்துக் கூறினேன்.

"ஏற்கனவே காயம் பட்டவர்களை, மேலும் துன்புறுத்துவது தமிழரின் பண்பாடல்ல!...அப்படி நான் செய்தால், அது எங்கள் பல்லவ தேசத்தாரின் வீரத்துக்கு அது இழுக்கு" என்று அவள் மறுமொழி கூறினாள்..

"எதிரியையும் மன்னிக்கும் இயல்பு, உங்கள் தமிழகத்தின் உடன் பிறந்த குணமா?

அதற்கு அவள் " எங்களுக்கு வந்தாரை வாழ வைக்கவும் தெரியும், அதே வேளையில் நீங்கள் எந்த நோக்கத்திற்காக வந்தீர்களோ, அதை விடுத்து நீங்கள் எங்கள் மண்ணுக்கும், மக்களுக்கும் விஷப் பாம்பாக மாறும்போது, உங்களின் தலையை வெட்டி வீசவும் எங்களுக்கு தெரியும்!.என்றாள்

"இப்போது நான் எனது தலையை பறிகொடுக்கும் விஷப் பாம்பா? அல்லது உங்கள் கருணையை சம்பாதிக்கும் சாமானியனா? என்று மறுகேள்வி கேட்டு முடிக்கும் முன்பாக, நான் மீண்டும் மயங்கி விழுகிறேன்... எனது விழிகள் சுரணை இழக்கச் செய்கின்றன. நான், மெல்ல மெல்ல சுய உணர்வினை அறவே இழந்து தரையில் சாய்கிறேன்!..

அவ்வேளையிலும், எனக்குள் எழுந்த வினா யாதெனில், காட்டில் சுற்றித் திரியும் இந்த மங்கை எப்படி, என்னை பகைவன்" என்று, சரியாக அடையாளம் கண்டு கொண்டாள்? யாரிவள்? என்பதுதான்...

நான் தரையில் சரிந்த அடுத்தகணம், அவள் பதறிப்போய், எனது தலையை தூக்கிப் பிடித்து அவளின் மடியின் மீது கிடத்தி, எனது வியர்வைகளை துடைத்துவிட்டு, அருகிலிருக்கும் சில மூலிகைகளை கொண்டுவந்து சாறு பிழிந்து எனது காயத்தை ஆற்றத் தொடங்குகிறாள்!..அதன் சாற்றினை அவளது மெல்லிய வலைக்கர உள்ளங்கையில் வைத்து கசக்கி, அதனை எனது வாயில் விட்டு, என்னை குடிக்கவும் செய்கிறாள்...

"எவ்வளவு நேரம் கடந்து போனது என்று தெரியவில்லை"...

"விழி இமைகள் பாறைகள் போல கணத்தன. சிரமத்தோடு மெல்ல, மெல்ல எனது விழிகளின் இமைகளை திறக்கத் தொடங்கினேன்". நான் கண் விழித்த வேளையில் எனது உடலில் ஏற்பட்டிருந்த ரணத்தின் தாக்கம் குறைந்து, வலிகளின் தீவிரம் மலிந்து இருந்தது!. அது எனக்குள் ஒரு புதிய உற்சாகத்தையும் கொடுத்து இருந்தது..எனது உடல் அசைவையும், நான் எழுந்து உட்கார்ந்து இருந்ததையும் அவள் கவனித்து இருக்கக் கூடும் போல....

"நீங்கள் இன்னும் ஓரிரு தினங்களில் பூரண குணம் பெற்று விடுவீர்கள்...எங்கள் தேசத்து மூலிகைக்கு அத்தகைய வீரியம் இருக்கிறது" என்று, சற்று தூரத்தில் அருவியில் இருந்து ஓடிக்கொண்டிருந்த தடத்தில், எனது குதிரைக்கு தண்ணீர் காட்டிக் கொண்டிருந்த அந்த மங்கையிடம் இருந்து பதில் வந்தது.

"எனது உயிரை மீட்டுக் கொடுத்ததற்கு மிக்க வந்தனம்" உங்களின் பெயர் என்ன? என்று அவளைப் பார்த்து சத்தமாக வினவினேன்...

"வீரமர்த்தினி" என்று பதில் வந்தது அவளிடம் இருந்து...

வீரமர்த்தினி என்று பெயரை வைத்துக் கொண்டு புலம்பும் சப்தம் செய்தால் என்ன அர்த்தம்? என்று கேட்டேன்..

அந்நேரம், அவள் நின்று கொண்டிருந்த இடத்தின் குன்றின் மேற்புறத்தில் இருந்து, கொட்டிய அருவியின் நீர்போக்கு அதிகரித்தது போல தோன்றியது...

"நீங்கள் கூறுவது எனது செவிகளை எட்டவில்லை"... என்று அவள் சொன்னாள்...

ஆம்..எனக்கும்தான் என்று நானும் பதிலுரைத்தேன்..

பிறகு, எப்படி இந்த புலம்பல் மட்டும் எனக்கு நன்றாக கேட்கிறது?....

ஆ!...அம்மா!....என்ற நரக வேதனையின் புலம்பல் எனது செவிகளில் நன்றாக கேட்டு என்னை வெகுவாக இம்சித்துக் கொண்டிருக்கிறதே! அது எப்படி?

ஓ...அந்த புலம்பல் எனது உயிர் சிநேகிதன் மித்ரனின் வாயிலிருந்து வந்து கொண்டிருக்கிறதா! ஆம்.. எனது கண்முன்னே எனது உயிர் சிநேகிதன், எந்நேரம் வேண்டுமானாலும் அவன் உயிர் பிரிந்து விடலாம்" என்ற இக்கட்டான சூழ்நிலையில், கார் விபத்தில் சிக்கி, நெடுஞ்சாலையில் ஈனச் சுரத்தில் முனகியும், புலம்பியும் கொண்டிருந்தான்!...

நான், மெல்ல மெல்ல அவன் விழுந்து கிடந்த இடத்தை நோக்கி நடந்து சென்று, அவன் தலைமுடியை

பிடித்து தூக்கியபடி "நான் தான் சொன்னேன் அல்லவா!.. நான் யாருக்கும் ஒருபோதும் உதவி செய்யவில்லை என்றாலும், உபத்திரம் செய்ய மாட்டேன் என்று", இப்போது பார் உனது கதியை! நீ உனக்கான முடிவை நீயே தேடிக் கொண்டாய்..அதற்கு நான் என்ன செய்வேன் நண்பா? என்றேன்..

அவன் எனக்கு பதில் கொடுக்கும் நிலையில் இல்லை...அவனால் அது முடியவும் முடியாது, அவனது தலையில் பலத்த காயம், உடம்பிலும் தான்... அவன் மரண வேதனையில் துடித்துக் கொண்டிருக்கிறான்.

அப்படியென்றால், உடன் காரில் சென்ற எனக்கு எதுவும் ஆகவில்லையா?

மித்ரனுக்கு ஏற்பட்ட அதே நிலைதான்!...ஆனாலும் எனக்கு வலிக்கவில்லை..அக இதயம் மறுத்துப் போன ஒருவனுக்கு, புறக் வெளிக்காயங்கள் பெரிய விஷயம் இல்லைதானே?

"சரி விவரத்தை நானே கூறி விடுகிறேன்"...நாங்கள் அந்த மதூதியில் இருந்து நன்றாகத்தான் கிளம்பினோம்... அங்கிருந்து கிளம்பிய அடுத்த அரை மணி நேரத்தில் எனது போனுக்கு, எனது மனைவி யாழினி போன் செய்தாள்.. நான் எடுக்கவில்லை..அதற்கு காரணம் நான் ஆந்திரா மதூதிக்கு வந்த நோக்கம் நிறைவேறவில்லை!...அந்த விரக்தியில் இருந்து கொண்டிருந்த எனக்கு, அவளோடு பேசும் மனநிலை இல்லாமல் இருந்ததே காரணம்"

அவள் போன் செய்த அடுத்த கணம், ..யார் போன் செய்தது?..ஏன் எடுக்கவில்லை?..என்றெல்லாம் எனது நண்பன் அடுக்கடுக்காய் கேள்வி எழுப்பி என்னை பாடாய் படுத்திவிட்டான்!...

பிறகு, வேறு வழி இல்லாமல் நானும் எனது செகரட்டரி மிருதுளா என பொய்யைக் கூற, அவனும் வழியில் இருந்த ஒரு டிக்கடையில் டி குடிக்க காரை நிறுத்திவிட்டு, அவனது போன் சார்ஜர் இல்லாமல் சுவிட்ச் ஆப் ஆகிவிட்டதாக கூறி, எனது போனை அவனது மனைவிக்கு போன் செய்ய வேண்டும் என்று தெரிவித்து வாங்கிச் சென்றான்..,

வெகுநேரம் ஆகியும் அவன் திரும்பி வராத காரணத்தால், நான் காரை விட்டு கீழே இறங்கி சென்று அவனை தேட ஆரம்பித்தேன்..

அவன் நான் வருவது கூட தெரியாமல் அவனது மனைவியோடு தீவிரமாக பேசிக் கொண்டிருந்தான்..

அப்படி என்னதான் பேசுவான்? என்ற ஆவலில் சத்தம் எழுப்பாமல் சென்ற எனக்கு பேரதிர்ச்சி..

அவன் பேசிக் கொண்டிருப்பது அவனது மனைவியோடு அல்ல..எனது மனைவி யாழினியோடு..

நான் புரிந்து கொண்டேன்..அனைத்தையும்...ஆக, எனக்கு எதிராக சதி நடந்து கொண்டிருக்கிறது என்பதை புரிந்த நான், நேராக காருக்கு வந்து காரின் பிரேக் உயரை கட்பண்ணி விட்டுவிட்டு, ஒன்றும் தெரியாதது போல, காரில் அமர்ந்து கொண்டிருந்தேன்...

எனது மனைவியும் அவனும் என்ன பேசினார்களோ தெரியாது..அவனது முகம் வாட்டம் கண்டிருந்தது..நேராக காருக்கு வந்த எனது நண்பன் மித்ரன்..பதற்றம் தோற்றிய தோரணையோடு காரினை ஓட்டத் தொடங்கினான்...

ஒரு வளைவில் வேகம் குறைக்காமல் ஓட்டியவன், எதிரே லாரி வருவதை அறிந்து பிரேக்கை போட எத்தனித்தான்...

அடுத்த கணம் "டமால்" என்ற சத்தம் லாரி மோதிய வேகத்தில் தூக்கி வீசப்பட்ட எங்களின் கார் நான்கு புரண்டு புரண்டு நசுங்கி, சிதைந்து சாலையில் ஓரத்தில் தூக்கிவீசப்பட்டு நிலைகுலைந்து விட்டது. ஒன்றும் மிஞ்ச வாய்ப்பில்லை. எங்கள் காரிலும் சரி..எங்கள் உடம்பிலும் சரி.. யாராவது உடனடியாக அங்கே வந்து கொண்டு போய் மருத்துவமனையில் சேர்த்தால், ஒரு சதவிகிதம் உயிர் பிழைக்க வாய்ப்பு இருக்கலாம்.

ஆனால், அதுதான் அனாதையான நெடுஞ்சாலை ஆயிற்றே! அந்த வேளையில் ஒரு காக்கா, குருவி ஆறுதலுக்குக் கூட அங்கே இல்லாமல் இருந்தது.

ம்...ஒன்றைக் கூற மறந்துவிட்டேன். எனது நண்பன் அவனது சார்ஜர் காலியாகி போன் சுவிட்ச் ஆப் ஆகிவிட்டது என்று கூறியிருந்தான் அல்லவா?..அவனது போன் லேட்டஸ்ட் ஐ போன் 14 புரோ பிளஸ் மாடல், அவன் இறங்கிச் செல்லும்போது அதனை காரிலேயே மறந்து வைத்துவிட்டு, காரில் ஏசி போட்டு வைத்தபடி இறங்கி சென்றுவிட்டான்..

அப்போதுதான் நான் அதை கவனித்தேன்..நானும் அதே ரக போனைத்தான் பயன்படுத்துகிறேன்..எனது காரில் சார்ஜர் இருந்தது. அதனால், அவன் போனை எடுத்து அந்த சார்ஜர் ஒயரில் மாட்டினேன்..அடுத்த சில நொடிகளில் அவனது போன் ஆன் ஆகியது!..சார்ஜர் 87% என்று காட்டியது...எனக்கு அதைப் பார்த்த அடுத்த கணம் உள்மனதில் ஏதோ பொறி தட்ட, உடனே நான் உஷாரானேன்..

அடுத்ததாக, அவனது போனை எடுத்து ஆராய நினைத்தேன். அடுத்தவர் போனை பார்ப்பது அநாகரீகம். அதுவும் அவர்களின் அனுமதி இல்லாமல் பார்ப்பது பெருங்குற்றம் என்று எண்ணுபவன் நான்..இருப்பினும்

முயற்சி செய்தேன்..அவன் ஏதோ பாஸ் வேர்ட் போட்டு வைத்து இருந்ததால் அந்த காரியம் ஈடேறவில்லை... இருப்பினும் அவன் ஏன் என்னிடம் சார்ஜர் இல்லை என்று பொய் சொன்னான் என்று புரியாமல் குழம்பிய வேளையில் "அவனுக்கு ஒரு போன் கால் வந்தது..அது எனது மனைவியின் எண்ணில் இருந்து"...

எனக்குள் எரிமலை வெடிக்கத் தொடங்கியது...

அதை கட்டுப்படுத்திக் கொண்டு...அந்த போனை அட்டென்ட் செய்தேன்....;

மறுமுனையில் பேசிய எனது மனைவி " அண்ணா.! இப்போதுதான் ராகவன் போன் பண்ணாரு....பெரிய ஆபத்து உண்டாகப் போகிறது..எனது கணவர் வைத்தீஸ்வரன் கோவிலுக்கு ஏன் சென்றார் என்று நீங்கள் தெரிந்தால்.... என்று எனது மனைவி சொல்லிக் கொண்டிருக்கும்போதே அந்த இணைப்பை பட்டென்று இணைப்பை துண்டித்து விட்டேன். அத்தோடு அவனது போனையும் சுவிட்ச் ஆப் செய்து வைத்துவிட்டேன்"...

பிறகென்ன!.."இதோ எனது உயிர் நண்பன், உயிருக்கு போராடிக் கொண்டிருக்கிறான்"..அவனுக்கு எல்லாம் வல்ல எம்பெருமான் ஈசன் மேலோகத்தில் நற்கதியை அளிக்கட்டும்!...இதற்கு மேலும் நான் இந்த இடத்தில் இருந்தபடி எனது நேரத்தை கழித்தால், எனது நோக்கம் தடைபடும் அல்லவா?...

நான் புறப்படுகிறேன்...

# அத்தியாயம் - 10

"நீங்கள் உங்கள் நேரத்தை வீணடித்துக் கொண்டிருக்கிறீர்கள்! நான் எந்த வகையிலும் உங்களுக்கு உதவ முடியாது, நீங்கள் திரும்பிச் செல்லலாம்"...என்று பிரான்சிஸ் கடுமையாக மறுப்பு தெரிவித்து டாக்டர் நீலகண்டனோடு வாக்குவாதத்தில் ஈடுபட்டுக் கொண்டிருந்தார்..

இல்லை!..டாக்டர்..நீங்கள் இந்த உதவியை எனக்கு செய்துதான் ஆக வேண்டும்"...

"நிச்சயம் என்னால் முடியாது!"...புரிந்து கொள்ளுங்கள்! எந்த தொந்தரவும் வேண்டாம் என்றுதான், கடைசி காலத்தில் ஆறுமாதம் பாண்டிச்சேரியிலும், ஆறுமாசம் இந்த கொல்லிமலையிலும் நிம்மதியாக காலத்தை கழித்துக் கொண்டிருக்கிறேன்..எனக்கென்று நேரம் ஒதுக்கி வாழ எனக்கு இருக்கும் காலம் இன்னும் எவ்வளவு நாட்களோ? இதில் நான் யாருக்கும் உதவும் மனநிலையில் இல்லை..தயவு செய்து திரும்பி சென்றுவிடுங்கள்...

"நீங்கள் உதவவில்லை என்றால் இந்த நோயாளி நிச்சயம் சீக்கிரமே தற்கொலை செய்துகொள்வான்!"இல்லையென்றால் கோமாவுக்கு சென்றுவிடுவோம்"

"அது அவனது விதி...இவ்வுலகில் பிறக்கும் எல்லாம் உயிர்களும் ஒரு நாள் இறந்துதானே ஆக வேண்டும்? அப்படி என்று நினைத்து இந்த கேசை விட்டுவிட்டு வேறு வேலையைப் பாருங்கள்!...

என்னால் நிச்சயம் அப்படி கடந்து போக முடியாது

அப்படி என்ன விசேச அக்கறை இந்த நோயாளியிடம்? அதிகம் பீஸ் வாங்கி இருக்கிறீர்களா?

அப்படி வாங்கி இருந்தால், பணம்தான் பிரதானம் என்று நினைத்து இருந்தால், நானே ஏதாவது வைத்தியம் செய்து முடித்து இருப்பேன். ஒருவேளை அந்த நோயாளி இறந்தாலும் அதனை எப்படி சமாளிக்க வேண்டும் என்ற நேக்கு போக்கு எனக்கு நன்றாக தெரியும்...

இந்த நோயாளின் தற்போதைய உண்மை நிலவரம் என்ன?

"எனக்கு ஒரு பத்து நிமிடம் அவகாசம் கொடுத்தீர்கள் என்றால், நான் அனைத்தையும் தெளிவாக உங்களுக்கு விளக்கிக் கூறிவிடுவேன்!"...

சொல்லுங்கள்...ஆனால், எனக்கு திருப்தி ஏற்படவில்லை என்றால் நான் நிச்சயம் உங்களுக்கு உதவ மறுத்து விடுவேன், பிறகு என் மீது வருத்தம் கொள்ளக் கூடாது..

நான் கூறுவதை கேட்டுவிட்டு பிறகு நீங்களே முடிவு செய்யுங்கள்..

அவர் சொன்ன பத்து நிமிடங்கள் கடந்த நிலையில் நீலகண்டன் அனைத்தையும் அவரிடம் விவரித்து முடித்தார்..

"அதைக்கேட்டு, முடித்த அடுத்த நொடியே "இப்போது அந்த ஆதித்யா எங்கே இருக்கிறார்?

சென்னையில்.....

உங்கள் கிளினிக்கில் இருக்கிறாரா?

இல்லை..தேவைப்படும்போது சிகிச்சைக்கு வந்து போவார்...நீங்கள் சொன்னால் நான் இப்போதே அவரை எனது மருத்துவமனைக்கு வரச் சொல்லி அழைப்பு விடுக்கிறேன்..

அவரை, உங்கள் மருத்துவமனையில் வைத்து வைத்தியம் பார்ப்பது நமக்கு பலன் தராது...அதனால், அவரை எங்காவது தனிமையில் வைத்துதான் சிகிச்சை அளிக்க வேண்டும்!.. அவரை அங்கிருந்து பாண்டிச்சேரி, கேரளா அல்லது இந்த கொல்லிமலைக்கு கொண்டுவர முடியுமா?

முடியும்..முயற்சி செய்து பார்க்கவா?

முதலில் அதற்கான ஏற்பாட்டை செய்யுங்கள்...

உடனே ஏற்பாடு செய்கிறேன்..

குறிப்பாக, அவருக்கு இருக்கும் பிரச்சனை உடனிருக்கு யாரும் தெரிந்து கொள்ளாதது போல நடிக்க வேண்டும்..அவருக்கு சிறு பொறி தட்டினாலும் அது உடனிருப்பவருக்கு ஆபத்தை உண்டாக்கலாம்..

ஏற்கனவே எச்சரித்து இருக்கிறேன். மீண்டும் ஒருமுறை, எச்சரிக்கை செய்து விடுகிறேன்" என்றார் நீலகண்டன்..

அந்நேரம் நீலகண்டன் போனில் "பக்தித்திரு முக்திக்கொரு" என்ற முருகர் பாடலின் ரிங்டோன் ஒலித்தது..

அந்த போனை பேசி முடித்த அடுத்த சில நிமிடங்களில்..."டாக்டர்"...ஒரு பெரிய பிரச்சனை அந்த ஆதித்யாவுக்கு அனைத்தும் தெரிந்துவிட்டது...அவரது உயிர் நண்பரைய விபத்து ஏற்படுத்தி கொலை செய்யப் பார்த்து இருக்கிறார். நல்லவேளையாக அவரை யாரே

மீட்டு மருத்துவமனையில் சேர்த்து உயிரை காப்பாற்றி இருக்கிறார்கள்" என்று அதிர்ச்சியோடு சொன்னார்..

நிலைமை மோசமாகிவிட்டது..உடனே அவரின் மனைவியை பத்திரப் படுத்துங்கள்..ஆதித்யாவின் அடுத்த குறி நிச்சயம் அவரின் மனைவிதான்...உடனே போன் செய்து அவரை பாதுகாப்பாக இருக்கச் சொல்லுங்கள்!...

இதோ இப்போது சொல்கிறேன் என்று சொல்லிவிட்டு நீலகண்டன் யாழினிக்கு போன் செய்தார்..

ரிங்.ரிங்...மறுமுனையில் போனை எடுக்கவில்லை....

போனை எடுக்கவில்லை..இப்போதுதானே எனக்கு போன் செய்து விஷயத்தை சொன்னாள்..மறுபடி முயற்சிக்கிறேன்...

இம்முறை ஒரே ரிங்கில் யாழினியின் போன் தொடர்பு கிடைத்தது.

ஆனால், அதில் பேசியது "ஆதித்யா"

# அத்தியாயம் - 11

சொல்லுங்க டாக்டர் சார்!..எப்படி இருக்கீங்க..

ஆ..ஆதித்யா...நீங்களா?

ஆமா..டாக்டர் நானேதான்..ஏன் உங்க குரல் ரொம்ப பதட்டமா இருக்கு? ஏதாவது உடம்பு தேக சுக குறைபாடா?

இல்லையே..எனது குரல் ரொம்ப தெளிவா இருக்கு..

"எனக்கு என்னவோ உங்க குரல்தான் நடுங்குதுன்னு தோணுது..உங்க குரல் மாதிரியே என் முன்னால நிக்கிற என்னோட மனைவியோட உடம்பும் நடுங்குது.... உங்களுக்கு எல்லாம் என்னதான் பிரச்சனை? ஏன் என்னைப் பார்த்து பயப்படுகிறீர்கள்?

ஆதித்யா..நான் சொல்றத கேளு..உன் மனைவிய ஒன்னும் பண்ணிடாத..அவ பாவம்..

எனக்கு என் மனைவிமேல இல்லாத பாசம் அக்கறை இதெல்லாம் உங்களுக்கு அதிகமாக இருக்கிறது வியப்பளிக்கிறது. அதேபோல், இறந்துபோன என்னோட நண்பன் மித்ரனுக்கு இருக்கிற காரணம்தான் புரியல.. ஆனா டாக்டர் இனிமே நீங்க சொல்லப்போற எதையும் நான் காது கொடுத்து கேட்கப்போறது இல்லை..அதற்காக என்னை மன்னித்து விடுங்கள்..

வேண்டாம்..ஆதித்யா!..நீங்க பெரிய தப்பு பண்றீங்க!... உண்மைய சொல்லனும்ன்னா உங்க நண்பரோ, உங்க

மனைவியோ உங்க விருப்பத்துக்கு தடையாக இல்லை.. முதலில் அதை நீங்கள் புரிந்து கொள்ள வேண்டும்.அவங்க உங்கள குணமாக்கத்தான் இவ்வளவும் செய்தார்கள்"..

நீங்க என்ன சமாதானம் செய்ய, எந்தமாதிரி கதைய சொன்னாலும், எனது இலட்சியத்துக்கு குறுக்க நிக்கிற யாரையும் நான் விட்டு வைக்கப் போறது இல்லை! நான் இப்போ என் பொண்டாட்டி கதைய முடிக்காம இருக்க மாட்டேன்..வேணும்னா அப்படியே லைன்லேயே இருங்க அவ கதைய முடிச்சிட்டு அப்புறம் உங்ககிட்ட வரேன்..

நோ...வேண்டாம் ஆதித்யா..நீங்க அப்படி பண்ணா, அப்புறம் எப்பவும் உங்களால உங்க கனவு உலகத்துக்கு போகவே முடியாது....அத மட்டும் என்னால உறுதியா சொல்ல முடியும்..அதற்கான வேலையாத்தான் நான் இப்ப ஒரு முக்கியமான மனிதர சந்திக்க வந்திருக்கேன்"

டாக்டர்..ஏன் புதுசா கதைய அளந்து விட்டு, வீணா என் பொண்டாட்டி உசுர காப்பாத்த முயற்சி பண்றீங்க! அவ விதி முடிஞ்சது அவ்ளோதான்னு விட்ருங்க..

இல்லை..இல்லை....ப்ளீஸ் நான் சொல்றத கொஞ்சம் பொறுமையா கேளுங்க...நம்பிக்கை இல்லன்னா, உலகத்திலேயே பேமஸ் சைக்காட்ரிஸ்ட் அவர் கூடத்தான் நான் உன்னோட பிரச்சனைய பத்தி டிஸ்கஸ் பண்ணிக்கிட்டு இருக்கேன்...அவர்கிட்ட வேணும்னா கேட்டுப் பாருங்க...

"பொய் மேல பொய் சொல்லாதீங்க டாக்டர்".... உலகத்தோடு பேமஸ் சைக்காட்ரிஸ்ட் சிக்மன்ட் பிரட். அவரு இப்ப உயிரோட இல்ல..அடுத்தது அவரோட இருந்த உதவியாளர்களில் பிரான்சிஸ் ஒருத்தர்தான் உயிரோட இருக்கார். அவரும் இப்போ பிரான்ஸ்ல இல்ல...எங்க இருக்காருன்னு யாருக்குமே தெரியல...

"நீ சொல்றது எல்லாமே சரிதான்"...நீ சொல்ற அதே பிரான்சிஸ் இப்போ இந்தியாவுலதான் இருக்காரு. அதுவும் நம்ம பாண்டிச்சேரில. இப்போ அவரு கொல்லிமலை வந்திருக்காரு..நான் அவர் கூடத்தான் இருக்கேன்..உனக்கு சந்தேகம்னா நீ அவர்கிட்டயே பேசு...

நீங்க சொல்றது உண்மையா? போன அவர்கிட்ட கொடுங்க...

ஹலோ டாக்டர்..

சொல்லுங்க ஆதித்யா...

இது உண்மையா...நீங்கதானா அது? டாக்டர் பிரான்சிஸ்..ஓ..மை..குட்னஸ்.. நான் உங்களத் தேடி பெல்ஜியம் வந்தப்போ..நீங்க அந்த ஹாஸ்பிட்டல இருந்து ரிலீவ் ஆகிட்டதா சொன்னாங்களே..நான் அங்க வந்து உங்கள பத்தி விசாரிச்சேனே? உங்ககிட்ட யாரும் தகவல் தரவில்லையா?

உண்மைதான்!.நீங்க என்ன தேடிவந்து விசாரிச்சது மட்டும் உண்மை..ஆனா அது பெல்ஜியம் நாட்ல இல்ல.. பின்லாந்து நாட்ல..ஏன்னா, நான் கடைசியா வேலை பார்த்தது அங்கதான்....

சாரி..டாக்டர்....உண்மையான டாக்டர் பிரான்சிஸ் நீங்கதானான்னு கன்பார்ம் பண்ணிக்கத்தான் நான் அப்படி தவறா சொன்னேன். இப்போ உங்க மேல எனக்கு பரிபூரண நம்பிக்கை வந்துடுச்சி. இனி நீங்க என்ன சொன்னாலும் உங்க வார்த்தைக்கு நான் கட்டுப்படறேன் சார்.. அத்தோட கடவுள் இருக்காரு சார்..நீங்க எனக்கு நிச்சயமா உதவ முடியும்..எனக்காக இந்த உதவிய செய்வீங்களா?

நிச்சயமா செய்யறேன்...உன்ன குணப்படுத்த வேண்டியது என்னோட கடமை. ஆனா அதுக்கு முன்னாடி நீங்க எனக்கு ஒரு சத்தியம் பண்ணனும்

சொல்லுங்க டாக்டர்

"உங்களை என்னால் குணப்படுத்த முடியும் என்றும் முழுதாக நம்புகிறீர்கள் அல்லவா?

"நூறு சதவிகிதம் நம்புகிறேன்"..."உங்களைப் பற்றி நிறைய கேள்விப்பட்டு இருக்கிறேன். உலகில் பலவித மன வியாதிக்கும், கோமாவில் சென்று மீளமுடியாத நோயாளிகளுக்கும் நீங்கள் சிகிச்சை அளித்து அவர்களை குணப்படுத்தி இருக்கிறீர்கள்!"..அதற்காக உலக மருத்துவ கவுன்சிலில் பல விருதுகளையும் வாங்கி குவித்து இருக்கிறீர்கள்..

என்னைப் பற்றி, என்னவிட நீங்கள் அதிகம் தெரிந்து வைத்திருப்பீர்கள் போல, அது கிடக்கட்டும்..இனிமேல் உங்களால் யாருக்கும் எந்த இடைஞ்சலும் ஏற்படக் கூடாது..உங்கள் பிரச்சனை என்னவென்று உங்களை சுற்றியிருக்கும் அனைவருக்கும் தெரிந்து இருக்கிறது. அதனால், நீங்கள் பயம் கொள்ளவோ, பதற்றம் கொள்ளவோ இனிமேல் அவசியம் இல்லை!..குறிப்பாக, உங்கள் மனைவி மீது நீங்கள் எக்காரணம் கொண்டும் வெறுப்பை உமிழக் கூடாது"

புரிகிறது டாக்டர்...இனி நான் எதற்காகவும் உணர்ச்சி வயப்படமாட்டேன்..எனது மனைவியையும் துன்புறுத்த மாட்டேன். சாரி..யாழினி என்று எதிரே இருந்தவளிடம் மன்னிப்பு கோரினான் ஆதித்யா..

வெரி குட்..நீங்க உடனே கொல்லிமலைக்கு கிளம்பி வரணும்..

இப்பவே கெளம்பி வரேன்...

எப்படி வருவீங்க?..

கார்ல...

கார யார் ஓட்டுவா?

நான் தான்...

நோ..நோ..நீங்க இவ்வளவு தூரம் கார ஓட்டிகிட்டு வரக் கூடாது..உங்களுக்கு உடனே சிகிச்சை அளிக்கப் போறேன், அதனால உங்க உடம்புக்கும், மூளைக்கும் சரியான ஓய்வு வேணும்..

"வேணும்னா..டிரைவர் போட்டுக்கறேன்...

அது நல்ல யோசனை...

இப்பவே கெளம்பி வரேன்..

நல்லது..நீங்க கெளம்பறதுக்கு முன்னாடி நேரா பக்கத்துல வழியில இருக்கற மெடிக்கல் சாப் போங்க, அங்க போயிட்டு நான் சொல்ற மாத்திரைய வாங்கி சாப்பிடுங்க...திரும்பவும் சொல்றேன் உங்கள காப்பாத்த எனக்கு இருக்கறது ஒரே வாய்ப்பு..அதனால, நல்லா ஓய்வெடுக்கணும்..புரியுதா...

புரியுது டாக்டர்..

காட் பிளஸ் யூ மை சைல்டு

தேங்க்யூ டாக்டர்...

அப்புறம் மறக்காம உங்க மனைவிய கூட கூட்டிகிட்டு வாங்க...

ஏன்? அவ எதுக்கு டாக்டர்...நான் மட்டும் தனியா வரேனே?

காரணம் இருக்கு. இரண்டு மணிக்கு ஒரு தடவை, நீங்கள் தவறாமல் நான் சொல்லும் மாத்திரையையும், மருந்தையும் உட்கொள்ள வேண்டும்..ஒரு இஞ்சக்ஷனையும் போட்டுக் கொள்ள வேண்டும். அதற்கு, உங்களுக்கு உதவ, கட்டாயம் ஒரு ஆள் தேவை..

அதனால, நான் சொல்ற இன்ஸ்ட்ரக்க்ஷன மட்டும், பாலோ பண்ணுங்க!"

"சரிங்க டாக்டர்"...

தாமதம் வேண்டாம்..உடனே புறப்பட்டு வாங்க..

சரிங்க டாக்டர்!..நீங்க சொன்ன மாதிரி, நாளைய சூரியோதயம் ஆரம்பம் ஆகறதுக்கு முன்னாடி நான் உங்க முன்னாடி இருப்பேன்...

"நல்லது...வாங்க!..என்று போனை துண்டித்தார் டாக்டர் பிரான்சிஸ்

# அத்தியாயம் - 12

"ஆதித்யாவை மட்டும் தனியா வரச் சொல்லி இருக்கலாமே? அவன் மனைவி எதுக்கு கூட வரணும்? அது ஆபத்து இல்லையா?என்றார் நீலகண்டன்..

"இங்கதான், நீங்க இந்தமாதிரி தீவிர நோயின் உச்சத்தில் இருக்கிற நோயாளிகளோட மன நிலைய சரியா புரிஞ்சிக்கணும்!"..அவன மட்டும் வான்னு சொன்னா நிச்சயம் வருவான்..ஆனா, அவன் அவனோட மனைவிய கொன்னுட்டு வரவும் வாய்ப்பு இருக்கு!..நமக்கென்ன தெரியவா போகுது?..ஒரு உயிர் போனதுக்கு அப்புறம், அதப்பத்தி கவலைப்பட்டு என்ன பிரயோசனம்? என்றார் பிரான்சிஸ்

நீங்க சொல்றதும் சரிதான்!... நம்மோட அடுத்த திட்டம்?

"இன்னும் ஒரு வாரத்துக்கு ஆதித்யாவ தனிமையான இடத்துல அப்சர்வேசன்ல வச்சி கண்காணிக்கணும். பிறகுதான் அவனுக்கு சிகிச்சை கொடுக்க தொடங்கணும்!"

என்ன சொல்றீங்க டாக்டர்? அவன் இப்பவே அவன் மனைவியையே கொல்ற சைக்கோ மாதிரி ஆகிட்டான்!..அவன எப்படி இன்னும் ஒரு வாரம் கட்டுபாட்டில் வைத்திருக்க முடியும்?

"அதுக்கும் வழி இருக்கு"...இப்ப, நான் அவன மெடிக்கல் சாப்புல வாங்கி சாப்பிடச் சொன்ன மாத்திரை

வெறும் தூக்க மாத்திரை மட்டுமல்ல..அது ஹெவி டோஸ் அடங்கிய, மனித உடம்பின் நாடி நரம்புகளை அடக்கி ஒடுக்கும் சக்தி வாய்ந்த மாத்திரை!.."அதை யார் சாப்பிட்டாலும், அடுத்த இருபத்து நாலு மணி நேரத்துக்கு அவங்களுக்கு முழிப்பும் வராது, சக்தியும் இருக்காது!.. அதாவது மனநிலை மருத்துவமனையில், உணர்ச்சியின் உச்சத்தில் இருக்கும் மனநோயாளிக்கு வழங்கும் மருந்துக்கு ஈடானது அது"

ஒருவேளை, ஆதித்யா அந்த மாத்திரையை சாப்பிடலன்ன..? ஒருவேளை அப்படி சாப்பிட்டும் சரியாக அந்த மாத்திரை வேளை செய்யாவிட்டால்? அதுவும் பிரச்சனை தானே?

அவன் நிச்சயம் சாப்பிடுவான்...

எதை வைத்து இவ்வளவு உறுதியோடு சொல்றீங்க?

பல லட்சம் செலவு செய்து, என்னை சந்திக்க பின்லாந்து நாடுவரை தேடி வந்து, அலைந்து திரிந்து இருக்கிறான் என்றால், அவன் என்னைப்பற்றி கேள்விப்பட்டு, நான் அவன் பிரச்சனைக்கு தீர்வு தருவேன் என்று நம்பியிருக்கிறான். அவன் தேடி வந்த டாக்டராகிய, நான் கூறும் அறிவுரையை, ஒருபோதும் ஏற்கத் தவற மாட்டான்!"..

ஓ..நல்லது! உடன் வரும் அவரின் மனைவியின் பங்கு என்ன?

ஒருவேளை, அந்த மாத்திரை வேளை செய்யாவிட்டால் என்று கேட்டீர்கள் அல்லவா? உண்மைதான்..எல்லா மருந்தும் எல்லோருக்கும் சரியாக உற்றபடி வேலை செய்வது, சில வேளைகளில் நடக்காமல் போகவும் வாய்ப்பு இருக்கிறது. அதானால், ஆதித்யா எப்படியும் அவர் மனைவியின் போனை வாங்கி வைத்திருப்பான்.

அதனால் அவனுக்கு போன் செய்து அந்த மாத்திரை சாப்பிட்ட அடுத்த ஒரு மணி நேரத்தில் நான் சொல்லும், மருந்தை ஊசி வழியாக அவனின் கழுத்து நரம்பில் செலுத்த வேண்டும்".

அதெப்படி சாத்தியம்? அந்த வேலையை யார் செய்வார்கள்? அவன் மனைவி அவனிடம் நெருங்கவே பயப்படுவாளே?

ஆம்...அதற்கும்? என்று சொல்ல வாயெடுத்த பிரான்சிஸ் "டாக்டர் விஷாலினி நீங்கள் தாராளமாக உங்களுக்கு வரும் போனை எடுத்து பேசலாம்" என்று அவளின் போனுக்கு அடிக்கடி அழைப்பு வந்து கொண்டிருந்ததையும், அதனை அவள் கட் பண்ணி விட்டுக் கொண்டிருந்ததையும் இவ்வளவு நேரம் கவனித்த காரணத்தால் சொன்னார் டாக்டர் பிரான்சிஸ்!

அதற்கு, அவள்.."வீட்டிலிருந்து அழைப்பு"... பரவாயில்லை டாக்டர்! பிறகு பேசிக் கொள்கிறேன்" என்றாள்

நோ பிராப்ளம்! நீங்கள் சென்று தனிமையில் பேசிவிட்டு வாருங்கள் என்றார் பிரான்சிஸ்

அவள் அங்கிருந்து அகன்ற சில நொடியில் "இவள் எப்படி?

எப்படி என்றால்? என்று புரியாமல் கேட்டார் நீலகண்டன்

இவள் நம்பிக்கைக்கு உரியவளா? இவளை உடன் வைத்துக் கொண்டு எதையும் வெளிப்படையாக விவாதிக்கலாமா?

"டாக்டர்..அவள் எனது விசுவாசி..நிச்சயம் அவளை நம்பலாம்...

"விசுவாசம்"....என்று சொல்லிவிட்டு மெல்ல புன்னகைத்தவர், நீங்கள் கூறும் விசுவாசம் குறித்தும், அவர்கள் செய்திருக்கும் துரோகம் குறித்தும் உங்கள் தமிழ் மக்களின் வரலாற்றைப் படித்துதான் அதிகம் தெரிந்து கொண்டேன்.."உங்கள் மண்ணில் நடந்த துரோகம் போல உலகில் வேறெங்கும் நடந்திருக்க வாய்ப்புகள் குறைவுதான்"...ஆக, எல்லோரும் காரியவாதிகள்தான்... நாம் தான் அதற்கு விசுவாசம் என்று கூறி நம்பி ஏமாந்து போகிறோம்" என்றார் பிரான்சிஸ்..

ஆம்!...அதை மறுப்பதற்கு என்னிடம் உரிய காரணம் இல்லை"..என்றார் நீலகண்டன்

உடனே யாழினிக்கு போன் செய்யுங்கள்!...அப்படியே, நமது திட்டத்தைக் அவளிடம் விளக்கமாக கூறுங்கள்... இம்முறை, அவனால் யாழினிக்கு நிச்சயம் தொந்தரவு இருக்காது!. ஒருவேளை அவனுக்கு சந்தேகம் ஏற்பட்டால் என்னிடம் பேசுவதாக சொல்லச் சொல்லுங்கள்....நிச்சயம் அவன் அதற்கு ஒப்புக்கொள்வான்!"..

சரி டாக்டர்!..அப்படியே செய்கிறேன்...நாம் இந்த கொல்லிமலையில் எந்த மருத்துவமனையில் வைத்து ஆதித்யாவுக்கு சிகிச்சை அளிக்கப் போகிறோம்?...இங்கே அதற்கான வசதிகள் இருப்பது போல தெரியவில்லையே?

நீங்கள் கூறுவது முற்றிலும் சரியே!..இதுபோன்ற மனநிலை முற்றிய நோயாளிகளை குணப்படுத்த வேண்டிய மருத்துவ உபகரணங்கள், அதற்கான தனிமையான இடம் முதலியவை, முக்கிய காரணிகள்... அப்படி இருந்தால் மட்டுமே நாம் அவர்களுக்கு உரிய சிகிச்சை அளிக்கவும், அவர்களை குணப்படுத்தவும் முடியும்...

அதைத்தான் நானும் கூறுகிறேன்!.."அது இந்த கொல்லிமலையில் அது எப்படி சாத்தியம்?"

நாம் ஆதித்யாவுக்கு சிகிச்சை அளிக்கப் போவது இந்த கொல்லிமலையில் வைத்து அல்ல...

பிறகு?

பாண்டிச்சேரியில்!...அதுவும் எனது பண்ணை வீட்டில் வைத்து சிகிச்சை கொடுக்கப் போகிறோம்..... அதைவிட சிறந்த இடம் வேறெங்கும் இருக்க முடியாது. ஆதித்யாவைப் பொறுத்தவரை அவருக்கு நாம் சிகிச்சை கொடுக்கும் இடம் கொல்லிமலை என்றே நினைத்துக் கொண்டிருக்கட்டும். அவன் அப்படி நினைத்துக் கொண்டிருப்பது கூட, அது சிகிச்சைக்கு ஒரு வகையில் உதவக்கூடும்"

அப்படியென்றால்?

நாம் உடனே இங்கிருந்து உடனே பாண்டிச்சேரிக்கு புறப்பட வேண்டுமென்று அர்த்தம்! என்று சிரித்தபடியே சொன்னார் டாக்டர் பிரான்சிஸ்

அடுத்த சில நிமிடங்கள் கழித்து, கொல்லி மலையின் உச்சியில் இருந்து புறப்பட்ட அவர்களின் கார் பல கொண்டை ஊசி வளைவுகளை கடந்து கீழே இறங்கி, அடுத்த ஒரு மணி நேரத்தில் சேலத்தை தாண்டி, மின்னல் வேகத்தில் பயணிக்கத் தொடங்கி இருந்தது.

# அத்தியாயம் -13

"டிரைவர்".. அதோ அந்த கடை அருகே, இடதுபுறமாக காரை நிறுத்துங்கள்!..என்றாள் யாழினி

ஏன் காரை நிறுத்தச் சொல்கிறாய்? என்றான் ஆதித்யா

"ஏங்க! டாக்டர் பிரான்சிஸ் திரும்பவும் போன் செய்து இருந்தார்...

என்ன சொன்னார்?

"உங்களுக்கு வாங்க வேண்டிய மாத்திரை மற்றும் மருந்துகளின் குறிப்பை கொடுத்து இருக்கிறார்"..

தலையை திருப்பி இடதுபுறமாக பார்வையை செலுத்தினான் ஆதித்யா.."அங்கே மெட் பிளஸ் மெடிக்கல் கடை தெரிந்தது!..."

சரி!...அந்த பிரிஸ்கிரிப்சனை என்னிடம் கொடு, நானே சென்று அதையெல்லாம் வாங்கிக் கொண்டு வருகிறேன்!...

நீங்க ரெஸ்ட் எடுங்க..டாக்டர்தான் உங்களை நன்றாக ஓய்வெடுக்க வேண்டும் என்று கூறியிருக்கிறார் அல்லவா? நான் போய் வாங்கிக் கொண்டு வருகிறேன்..

வேண்டாம்! நானே செல்கிறேன்..

என் மீது நம்பிக்கை அற்று போய்விட்டதா?

இல்லை!...நிச்சயம் இல்லை!..."நான் ஏற்கனவே உனக்கு நிறைய தொந்தரவு கொடுத்துவிட்டேன்.இதற்கு

மேலும் நான் உன்னை கஷ்டப்படுத்த விரும்பவில்லை" என்று சொல்லிவிட்டு அவளிடம் இருந்து சீட்டை பெற்றுக்கொண்டு, காரின் கதைவை திறந்து கீழே இறங்கிய ஆதித்யாவின் வார்த்தையில் உண்மை மேலோங்கி இருந்ததை உணர்ந்தாள் யாழினி"..

"அவன் இறங்கிச் சென்றதும், சட்டென்று காரில் இருந்து அவளும் இறங்கி, காரின் பின்புறமாக ஓடி வந்து மறைவாக நின்றபடி, டாக்டர் நீலகண்டனுக்கு போன் செய்தாள்..

டாக்டர்! "நாங்க கிளம்பிட்டோம்"..இப்போ, செங்கல்பட்டு அருகே இருக்கும் டோல்கேட் பகுதியில் இருக்கும் ஒரு மெடிக்கல் ஷாப்பில் இருக்கிறோம்...

நல்லது!..".ஞாபகம் இருக்கட்டும்"...டாக்டர் பிரான்சிஸ் கூறிய மருந்துகளை அவர் அறிவுறித்தியபடி கொடுக்கத் தவற வேண்டாம்...

சரிங்க டாக்டர்....

காரின் டிரைவர் உங்களுக்கு தெரிந்தவரா?

ஆம்...எனது அப்பாவின் கார் டிரைவர் தான் உடன் வந்திருக்கிறார்...

இது ஆதித்யாவுக்கு தெரியுமா?

தெரியாது...நான் ஆக்டிங் டிரைவரை அழைப்பதாக அவரிடம் சொல்லியிருந்தேன்..ஆனால், ஒரு பாதுகாப்புக்காகவும், உதவிக்காகவும் எனது அப்பாவிடம் சொல்லி, அவரின் டிரைவரை அனுப்பி வைக்க கேட்டுக் கொண்டேன்...

"நல்ல காரியம் செய்து இருக்கிறாய்!"...நீங்கள் இப்போது பயணப்பட்டு வரப்போவது கொல்லிமலைக்கு அல்ல..

பிறகு?

"நமது திட்டத்தில் ஒரு மாற்றம்". நீங்கள் வர வேண்டிய இடம் பாண்டிச்சேரி..உங்களுக்கு முகவரியை சொல்கிறேன் குறித்துக் கொள்ளுங்கள்..என்று சொல்லி அவர்கள் வர வேண்டிய இடத்தின் முகவரியை தெரிவித்தவர், நான் சொல்வதை கவனமாக செய்ய வேண்டும்..அதாவது, ஆதித்யா அந்த மாத்திரையை உட்கொண்டதும், உடனே தூக்க நிலைக்கு சென்றுவிடுவார்..பிறகு அரை மணி நேரம் கழித்து, அந்த ஊசியை செலுத்தினால், அவர் ஆழ்ந்த தூக்கத்துக்கு போய்விடுவார், பிறகு அவரால் அடுத்த நான்கு மணி நேரத்துக்கு விழிப்பு நிலைக்கு வரமுடியாது. அதற்குள் நீங்கள் அங்கே வந்துவிட வேண்டும்.. நாங்களும் கிளம்பிவிட்டோம்! அங்குதான் வந்துகொண்டிருக்கிறோம்...நாங்கள் வருவதற்கும், நீங்கள் வருவதற்கும் சரியாக இருக்கும்..ஒருவேளை, நீங்கள் எங்களுக்கு முன்பாகவே அங்கே வந்துவிட்டாலும், அங்கே எங்களது மருத்துவக் குழுவினர், உங்களுக்கு உதவ தயாராக இருப்பார்கள்!"..

சரிங்க டாக்டர்..

அப்போது, டாக்டர் பிரான்சிஸ் பயணித்துக் கொண்டிருந்த காரில் இருந்த விஷாலினி "டிரைவர் அதே தெரிகிறதே, அந்த ஹோட்டல், அங்கே வண்டியை நிறுத்துங்கள்! என்றாள்

கார் ஓரம் கட்டி நிறுத்தப்பட்டது..

"டாக்டர்! நான் அவசரமாக ரெஸ்ட் ரூம் போக வேண்டும்"...என்று சொல்லிவிட்டு அவசரமாக காரை விட்டு இறங்கி அந்த ஹோட்டலுக்குள் நுழைந்தாள்...

அவசர கதியில், யாருக்கோ போனையும் போட்டு பேசவும் செய்தாள்!

சிறிது நேரத்தில் காருக்கு திரும்பியவள், அமைதியாக காரின் பின்புற இருக்கையில் ஏறி அமர்ந்து, விழிகளை மூடி உறங்க முயற்சித்தாள்!

கார் புறப்படத் தொடங்கியது...

"ஏம்பா டிரைவர்"...இன்னும் எவ்வளவு நேரம் பிடிக்கும்? என்றார் பிரான்சிஸ்..

எப்படியும் நாலு மணி நேரம் ஆகும் சார்...

ஓ..நாலு மணி நேரம் பிடிக்குமா? என்றவர் தமது பேக்கில் வைத்திருந்த லேப் டாப்பை வெளியே எடுத்து ஆன் செய்து, இன்டர்நெட்டில் எதையோ தேடத் தொடங்கினார்

பிறகு, அவரது மெயில் பாக்சை திறந்து பார்க்கத் தொடங்கினார்..

அதில், அவர் கடைசியாக வேளை பார்த்த பின்லாந்து நாட்டு மருத்துவ மனையில் இருந்து ஒரு ஆடியோ பைல் ஒன்று அவருக்கு வந்திருந்தது..

அதனை ஓபன் செய்து, காதில் ஹெட்போனை மாட்டிக்கொண்டு கேட்கத் தொடங்கியவரின் விழிகள் ஆச்சரியத்தில் விரியத் தொடங்கி, பிறகு அச்சத்தில் நிலைக்கத் தொடங்கியது"..

# அத்தியாயம் - 14

"விடியற்காலை வேளை வேகமாக புலர, வெகு ஆர்வம் காட்டிக்கொண்டிருந்த கருக்கல் பொழுதில், அவர்கள் பயணித்த கார் ஆரோவில்லாவில் இருந்த பண்ணை வீட்டுக்குள் நுழைந்தது!.".

அதற்கு சில மணிநேரம் முன்பாக, ஆதித்யாவும் அவனது மனைவி யாழினியும் அங்கே வருகை புரிந்து இருந்தார்கள். ஆதித்யாவை தற்காலிகமாக ஏற்பாடு செய்திருந்து ஒரு ஹவுட் அவுசில் இருந்த மெத்தையில் கிடத்தி இருந்தார்கள்...

காரை விட்டு இறங்கி நேராக, அந்த இடத்தை நோக்கி நடந்து கொண்டிருந்த பிரான்சிஸ் உடன் வந்த நீலகண்டனிடம் "இந்தியாவை தவிர்த்து வெளிநாடுகள் பலவற்றில் மருத்துவமனையில் சிகிச்சை பெற பலவித நடைமுறைகள் வழக்கத்தில் இருந்து வருகிறது. அதன்படி ஒரு நோயாளி மருத்துவரை சந்திக்க வரும் முன்பாக அவரது வருகை, சிகிச்சையின் நோக்கம், நோயின் தன்மை குறித்து விளக்கமாக தெரிவித்து, ஒரு படிவம் பூர்த்தி செய்து கொடுக்க வேண்டும். அதனை பரிசீலனை செய்தபின்பே, அந்த நோயாளிக்கு மருத்துவரை சந்திக்கும் நாளும் நேரமும் ஒதுக்கப்படும்!. அதுபோல, ஏற்கனவே என்னை சந்திக்க பின்லாந்து நாட்டுக்கு வந்திருந்த ஆதித்யா அவரின் பிரச்சனையை

விளக்கமாக தெரிவித்து இருக்கிறார். அதை தற்போது காரில் வரும்போது கேட்டேன்!..

அதில் என்ன இருந்தது டாக்டர்?

"அங்கே அவருக்குய் அனைத்துவிதமான சோதனைகளும் மேற்கொள்ளப்பட்டு, அனைத்து விதமான டெஸ்ட்டுகளும் எடுக்கப்பட்டு இருக்கிறது...அதில், இறக்கும் தருவாயில் ஒருவருக்கு தோன்றும் "காமா" என்கிற அதிர்வலைகள் எழத்தொடங்கி இருக்கிறது. அத்தோடு, அவரது மூளையின் வேகமும் துரிதமாக இருக்கிறது!".

அது பெரிய ஆபத்து ஆயிற்றே? இருக்கும் தருவாயில் தோன்றும் அறிகுறியானது, இவரிடம் இத்தகைய கனவு நிலையில் சஞ்சரிக்கும்போது தென்படுகிறது என்றால், அது சிக்கல் ஆயிற்றே?

ஆம்...அதுதான் எனக்கும் குழப்பமாக இருக்கிறது..

இவ்வாறு பேசிக்கொண்டே இருவரும் ஆதித்யா இருந்த அந்த அறைக்குள் பிரவேசித்தார்கள்!..

அங்கே, பெட்டில் ஆதித்யா படுத்துக் கிடந்தான்.. அவன் ஆழ்ந்த தூக்கத்தில் இருப்பதாக தெரிந்தது...

"பார்ப்பதற்கு சிறிய வயது ஆள் போல தெரிகிறாரே?

ஆமாம் டாக்டர்..அவருக்கு வயது 29 தான்

வாழ வேண்டிய வயதில் வம்பில் சிக்கியிருக்கிறார்...

ஆம்.. அதெல்லாம் சரி..ஆதித்யா மிகவும் புத்திசாலி! பாண்டிச்சேரியில் வைத்துக் கொண்டு, அவரை எப்படி நாம் கொல்லிமலையில் வைத்து சிகிச்சை அளிப்பதாக நம்ப வைப்பது? என்றார் நீலகண்டன்

"எனது நோக்கம் ஆதித்யாவை ஏமாற்றுவது அல்ல".. அவரை ஒரு தனிமையான இடத்தில் வைத்து சிகிச்சை

அளித்தால், அவர் விரைவில் குணமாகக் கூடும் என்ற நம்பிக்கையில்தான் நான் அப்படி சொன்னேன்!..இப்போது அவரின் நோயின் தாக்கத்தைப் பார்க்கும்போது, நான் இன்னமும் அவரை எங்கே வைத்து இறுதி சிகிச்சை கொடுப்பது என்பதை, இனிமேல்தான் முடிவு செய்ய வேண்டும்" முதலில் அவர் இருப்பது எங்கு என்று நாம் தெரிவிக்கும் கதையினை அவர் நம்பும் அளவுக்கு சுற்றுச் சூழலை உருவாக்க வேண்டும். நாம் கொடுக்கும் மருந்தின் வீரியத்தில் அவரது உடல் வலிமை முழுவதும் செயலாற்றுப் போக வேண்டும்". அப்போதுதான் நான் அவரை முழுமையாக கண்காணிப்பில் வைத்து கவனிக்க முடியும்..

ஆனாலும் அவரின் மூளை வீரியத்தோடு தானே இயங்கும்?

ஆம்..

அதனை எப்படி கட்டுக்குள் கொண்டு வருவது?

அதற்கு அவசியமில்லை..வெறும் வீரிய மூளையால், வாளினை தூக்கி வீசும் சக்தியை கொண்டிருக்க முடியாது...அதனால் பிரச்சனை ஒன்றும் இல்லை!.."மூளை வீரியமாக இல்லாவிட்டால், நம்மால் அவருக்கு சிகிச்சை அளிக்க இயலாது. அதுவும் ஒரு வகையில் நமக்கு நல்லதுதான்"..என்று சொல்லிவிட்டு இருவரும் அங்கிருந்து வெளியேறினர்..

"அப்போது ஆதித்யாவின் உடம்பில் ஒருவித அசைவு உண்டானது.".

# அத்தியாயம் -15

"எல்லாம் மாயை என்று சொல்லுவார்களே!" அது எந்த அளவுக்கு உண்மை என்பதை என்னால் இப்போது உணர்ந்து கொள்ள முடிகிறது" ஒரு மனிதன் எந்த அளவுக்கு எச்சரிக்கையாக இருக்க வேண்டும் என்பதற்கு எனது கதையே ஒரு உதாரணம்"

"நீங்கள் ஒரு சாதாரண மனிதானாக இருந்தால், இந்நேரம் அந்த பிரபல மனோதத்துவ நிபுணர் சொன்ன மாத்திரையை உட்கொண்டு, இந்நேரம் அந்தர் பல்டி அடித்து உறக்கத்தின் ஆணிவேரைத் தழுவி இருப்பீர்கள்!. பிறகு, நான் மட்டும் எப்படி தெளிவாக இருக்கிறேன்?

"நானும் அந்த மாத்திரையை உட்கொண்டேன்! எனது மனைவி எனக்கு டாக்டர் ஆலோசனைப்படி ஊசியும் செலுத்தினாள். ஆனால், அவர் சொல்லிய மில்லி கிராமில் பத்தில் ஒரு மடங்கு டோசை கொண்ட மாத்திரை, ஊசியை மட்டுமே நான் வாங்கியிருந்தேன். அதானால், நான் இப்போது தெளிவாகத்தான் இருந்து கொண்டிருக்கிறேன்!..."அவர்களின் நோக்கம் எதுவாக இருந்தாலும் எனக்கு அதைப் பற்றிய கவலை கிடையாது!. ஆனால் எனது நோக்கம் தூய நீரோடை போல தெள்ளத் தெளிவானது.."நான் எனது கனவிற்குள் செல்ல வேண்டும்" எனது இலட்சியத்தை நிறைவேற்ற வேண்டும்.அதுமட்டுமே எனக்கு பிரதானம்!"

நான் ஒவ்வொரு முறை எனது கனாவின் கதையை உங்களுக்கு சொல்லும்போதெல்லாம், ஏதாவது இடையூறு ஏற்பட்டுக் கொண்டே இருக்கிறது அல்லவா? இம்முறை அது நேராது...சொச்சக் கதையையும் கூறிமுடித்து விடுகிறேன்!

"வீர மர்த்தினி" என்று அவள் பெயரைக் கூறிய நொடியில் இருந்து ஆயிரம் முறை அந்தப் பெயரயை எனக்குள் உள்ளுக்குள் உச்சரித்து பார்த்துக் கொண்டேன்... அது இனித்தது. சுவையில் மணத்தது!

மங்கையே!...என்னை எப்படி வேங்கி நாட்டினன் என்று அடையாளம் கண்டு கொண்டாய்? என்றேன்

அதற்கு அவள் "உனக்கு ஏற்பட்டு இருக்கும் காயத்துக்கு முழுக்க முழுக்க நானே காரணம்! எங்களது எல்லைக்குள் இன்றைய அந்திப்பொழுது சாயும் வேளையில், நீங்கள் குதிரையில் உள்நுழையும் போது உங்கள் மீது அம்பெய்து, காயம் உண்டாக்கியவளே நான்தான்" என்று அவள் சொன்னாள்!!"

நீ மகா கெட்டிக்காரிதான்!

"புகழாரம் கிடக்கட்டும்"...நான் கொல்ல நினைத்த உயிரை எனது கையாலேயே பிழைக்க வைத்த, அந்த ஆண்டவனின் விந்தையான செய்கையை நொந்து, நான் எப்படி கோபம் கொள்வது என்றே தெரியவில்லை? அது கிடக்கட்டும்..நீங்கள் யார்? வம்ப நாட்டு வீருக்கு பல்லவ தேசத்தில் என்ன வேலை? ஏதும் வேவு பார்க்க வந்தீரோ?

உளவு தொழிலுக்கு அல்ல...போர் புரிய வந்தேன்... என்று சொன்னேன் நான்.

போரா? என்ன பிதற்றுகிறீர்கள்?

ஆம்..நான் கூறுவது சத்தியம். பிதற்றல் கிடையாது! இந்த இயற்கை எழில் கொஞ்சும் குன்றின் மேல் அமைந்த உங்கள் நகரமும், அதன் மேன்மை பொருந்திய சுற்றுப்புற மலைநகரங்களும், எங்கள் வேங்கி மன்னனின் கண்ணை உறுத்தி இருக்கிறது போலும். அதனால் அதனை சொந்தமாக்கிக் கொள்ள திட்டம் தீட்டினான். அதனால், போருக்கு புறப்பட்டு வந்திருக்கிறேன்"...

அதைக் கேட்ட அவள், போரா? எங்கள் பல்லவ தேசம் மீதா? அதுவும் ஒற்றையாளாக வந்தா? என்று சொல்லிவிட்டு அவள் கல கலவென நகைக்கத் தொடங்கினாள்!

"நகைப்புக்கு இங்கே இடம் கிடையாது மங்கையே? நீ ஆபத்தை உணராமல் இருக்கிறாய்! நான் உண்மையையத்தான் உரைக்கிறேன்...என் வாக்கின் மீது உனக்கு நம்பிக்கை இல்லையென்றால், அதோ கொட்டிக் கொண்டிருக்கிறதே அந்த அருவி, அந்த குன்றின் மீது ஏறி நின்று வடதிசையில் நோக்கு, அப்போது உனக்கே உண்மை விளங்கும்...என்று நான் உறுதியோடு கூற..

அவள் சற்று சந்தேகம் படர்ந்த முகபாவனையோடு, அந்த குன்றினை நோக்கி வேகவேகமாக ஓடியவள் அதன் மீது சட்டென்று ஏறினாள். அடுத்த சில நிமிடங்களில், என் முன்பாக திரும்பி வந்து தோன்றியவள் "துரோகம்! துரோகம்!..ஒரு துரோகிக்கு உதவி செய்த பாவத்திற்காக நான் அவமானம் கொள்கிறேன்! அதே வேளையில், நான் காப்பாற்றிய உயிரை நானே காவு கொள்கிறேன். இப்போதே உனது இதயத்தில் இந்த குறுவாளை பாய்ச்சுகிறேன்" என்று சீறினாள் அவள்

வேண்டாம் மங்கையே! அவ்வாறு செய்யாதே! அது பெரும்பாவம்..நீ எனது இதயத்தில் உனது குறுவாளால் குத்தினால் அதனால் பாவம் உனக்குத்தான், ஏனென்றால்

இதுவரை வெறுமையாக இருந்த அந்த வெற்றிடத்தில் இப்போது நீ வந்து குடியேறி இருக்கிறாய். அதனால் என்னைவிட பெருத்த வலி உனக்குத்தான் உண்டாகும். அதனை நான் ஒருபோதும் அனுமதியேன்! என்று சொன்னேன் நான்..

"பேச்சில் நீங்கள் செயல் வீரர் என்பது நன்றாக புலனாகிறது". ஆனாலும், எனது பல்லவ தேசத்தின் மானத்தை காக்கும் தலையாயப் பொறுப்பு எனக்கு இருக்கிறது! அதற்கு யார் தீங்கு செய்ய நினைத்தாலும், அவர்களை கொல்வதில் பிழை ஒன்றும் இல்லை"

"தவறாக சொல்கிறாய்".. அந்தக் கடமை உனக்கு இருக்கிறது என்று சொல்வதைவிட, "நமக்கு இருக்கிறது" என்று சொல். அதுவோ சாலச் சிறந்ததாக இருக்கும்..

இதன் அர்த்தம்...?

"நீ எனது உயிரினை காப்பாற்றியவள், உனக்கு பிரதி உபகாரம் செய்ய நான் கடமை கொண்டுள்ளேன். போதாக்குறைக்கு, உனது விழிகள் என்னை பருகிவிட்டது. உனது இதயம் என்னுள் புகுந்துவிட்டது! நான் உன்னோடு இணைந்துவிட்டேன்..பகை நாட்டான் ஒருவனை ஒற்றைப் பார்வையாலேயே நாடு கடத்தி, என்னையும் பல்லவ நாட்டினனாக மாற்றிவிட்டாய். அதனால், ஒன்றாக இணைந்து, அந்த எதிரிப் படைகளை எதிர்க்கப் போகிறோம்" என்று அர்த்தம்...என்று பதிலுரைத்தேன் நான்..

உன்னை எப்படி நம்புவது? கண நேர பரிச்சயத்தில் கயவன் ஒருவன் யோக்கியனாக மாறிவிட்டான் என்று சொல்லும் உனது கதையை நான் எப்படி ஏற்றுக் கொள்வது?

என்னோடு உடன் வா! முன்னேறும் எதிரிகளை கொன்று குவித்து எனது விசுவாசத்தை உனக்கு சமர்ப்பணம் செய்கிறேன்...அப்போது என்னை நம்புவாயா? எனது காதலை ஏற்பாயா?

ஒருவேளை எதிரிகள் எங்கள் கோட்டையை சூழ்ந்து, எமது தந்தையை சிறைப்பிடித்து என்னை நாடு கடத்தும், இக்கட்டான சூழ்நிலை வந்தாலும் தாங்கள் என் பக்கம் நிற்பேன் என்கிறீர்கள்? அதுவும் தாங்கள் நொடிப்பொழுது நேரத்தில் கொண்ட காதலுக்காக... அப்படித்தானே?..

ஆம்...நான் வாக்கு கொடுக்கிறேன்..அதுபோன்ற ஒரு நிலை ஏற்பட்டால் எதிரிகளை எமது சிநேகப் படைகளை திரட்டி வலுசேர்ப்பதன் மூலம் வீழ்த்தி, வென்றுகாட்டி உமது தந்தையையே மீண்டும் உங்கள் அரியணையில் அமர்த்துவேன்..உனது கரங்களை மாற்றான் கை தொட விடமாட்டேன். உனக்கு செய்து கொடுத்த வாக்கினை எனது உயிரினை கொடுத்தாவது நிறைவேற்றிக் காட்டுவேன்!.. என்று சொல்லியபடி அருவி கொட்டிக்கொண்டிருந்த திசையை நோக்கி வீரச் சபதம் செய்தேன்...

என் பின்னால் நின்று கொண்டிருந்த வீரமர்த்தினியிடம். சிலகணம் மௌனம் நிலவியது!...

ஏன் இந்த மௌனம்?

எனக்கு புரியவில்லை? ...அர்த்தம் விளங்கவில்லை? ...சிந்தை செயல்படவில்லை?...எதிரிகள் திடீர் திப்பென்று முற்றுகையை தொடங்கி விட்டார்கள்" அதனால், குழப்பம் கொண்டுள்ளேன்!"என்று சற்றும் உணர்ச்சியே இல்லாமல், வெகு இயல்பாக பதிலுரைத்தாள் அவள்..

அந்தவேளையில், "ஆனால், எங்களுக்கு எல்லாமும் விளங்குகிறது! என்று சட்டென ஒரு குரல் கேட்க,

என்னைச் சுற்று போட்டபடி வம்ப நாட்டு வீரர்கள் வேல் முனையில் நிறுத்திக் கொண்டிருந்தனர்..

"பார்த்தீர்களா அண்ணா! "நான் அப்போதே இவன் மீது நம்பிக்கை கொள்ள வேண்டாம் என்று, படித்து படித்து கூறினேன்..நீங்கள்தான் நான் கூறிய கருத்துக்கு செவி சாய்க்காமல், கேட்காமல் அவனை தலையில் தூக்கி வைத்து கொண்டாடி தளபதி பட்டம் சூட்டி, அவனது தலைமையில் பெரும் படையையும் இந்த பல்லவத்தை வீழ்த்த அனுப்பி வைத்தீர்கள்! நல்லவேளை, இப்போதாவது இவன் செய்த துரோகத்தை நேரில் பார்க்கும் வாய்ப்பு கிட்டியிருக்கிறதே! "ஆணையிடுங்கள்!" "இக்கணமே, இவன் தலையை வெட்டி வீசி விடுகிறேன்" என்று கொக்கரித்தான் வேங்கி நாட்டு வேந்தனின் தமையன் நாகையா!".

தமையரே! ஆத்திரம் வேண்டாம்!.."இந்த அஞ்சா நெஞ்சன் அதிரனால் தான் நான் வம்ப நாட்டு அரியணையில் அமர்ந்தேன்!. அவனால்தான் நமது எதிரிகள் பலரையும் அடக்கி ஒடுக்கி வைத்து, தலை நிமிர்ந்து நமது ராஜ்ஜியம் நடத்திக் கொண்டிருக்கிறேன். அத்தகைய மாவீரனை ஒரு சிறு தவற்றின் பால் ரூசு கொண்டு அவனை தண்டிக்க என்னால் இயலாது!" அவன் ஏன் இப்படி திடீரென்று மனமாற்றம் கொண்டான்? என்ற காரணத்தை அறிந்துகொண்டு, பிறகு அவனுக்கு கொடுக்கப் போகும் தண்டனை குறித்து சிந்திக்கலாம்"

"இப்படி கையும் களவுமாக சிக்கிய ஒரு துரோகியை உன்னால் தண்டிக்க இயலாதா? தமையனின் சொல்லை விட, யாரோ ஒருவனின் பால் கொண்ட நட்பு உனக்கு பெரிதாக தோன்றுகிறதா? வேண்டாம் அண்ணா! தவறினை இழைக்காதே! பிறகு அதுவே உனக்கு வினையாக வந்து நிற்கும்"...

"எது வந்தாலும் அதனை நான் சந்தித்துக் கொள்கிறேன்!...அடேய் நண்பா அதிரா...உனக்கு என்ன ஆயிற்று? என்னோடு தோளுக்கு தோளாக உற்ற தோழனாக இருந்து வந்தாயே! அதையெல்லாம் மறந்துவிட்டாயா? இறுதியாக கேட்கிறேன்.."உனக்கு நான் முக்கியமா?" இல்லையென்றால்..நமக்கு எதிரியாக, சிம்மசொப்பனமாக விளங்கி வரும், இந்த பல்லவ தேசத்து மங்கையின் காதல் முக்கியமா? நான் கூறுவதை உனது சிந்தையில் ஏற்றிக் கொண்டால், இவளைப் போன்று ஆயிரம் பேரழகிகளோடு, நீ நமது வேங்கி நாட்டு அந்தப்புர மாளிகையில் காலம் முழுக்க உல்லாசம் அனுபவிக்கலாம்,..."ஒருவேளை எனது வார்த்தையை உதாசீனப் படுத்தினால், உன்னை எச்சரிக்கிறேன்..... அதன் விளைவுகள் கடுமையாக இருக்கும் என்பதை மறந்துவிடாதே!.

"அடேய் நண்பா!..."வம்பநாட்டு வேந்தா!..."இன்னுமா உனக்கு காதலுக்கும் காமத்துக்கும் வித்தியாசம் புரியவில்லை!"...எக்கணம் தொட்டு இந்த மங்கையை எனது மனதார நேசிக்கத் தொடங்கிவிட்டேனோ, அந்த நொடி முதல் அவள் எனக்கு உரியவள்! அவளுக்கு ஒரு பிரச்சனை என்றால், ஓடி ஒளிந்து கொள்ள நான் ஒன்றும் பேடி அல்ல..நிச்சயம் மனம் கவர்ந்தவளின் பிரச்சனைக்காக முன்னே எதிர்த்து நிற்பேன்" அவசியம் ஏற்பட்டால், உன்னைக்கூட எதிர்க்கத் துணிய அஞ்ச மாட்டேன்" நான் உன்னை எச்சரிக்கிறேன்...முதலில், நான் கூட உன்னை இந்த போருக்கான நோக்கம் உனது நாடாசை என்று தப்புக்கணக்குப் போட்டுவிட்டேன்! ஆனால், எனக்கு இப்போதுதான் புரிகிறது..இது உனது தலையனின் சதியாலும், சூழ்ச்சியாலும் திட்டமிட்டு நடத்தப் போகும் போர் என்று"!. ஒருவனை எதிர்க்கத் துணியும் முன்பாக அவனின் பின்புலத்தை நன்கறிந்து பிறகு காரியத்தில்

இறங்க வேண்டும். ஆகையால், தென்புலத்தில் பெரும் சக்தியாக விளங்கும் பல்லவ வேந்தனை பகைத்துக் கொண்டு, இருக்கும் உனது சிற்றரசை இழந்து விடாதே!" "உனது போரிடும் எண்ணத்தை மாற்றிக்கொண்டு, மரியாதையாக திரும்ப சென்றுவிடு!"..இல்லையென்றால் உனது படைகள் கடும் அழிவை சந்திக்க நேரிடும்"... என்றேன் நான்..

"என்ன ஆணவம் இவனுக்கு? "நீங்கள் விலகிக் கொள்ளுங்கள், நான் இவன் கதையை முடித்துவிடுகிறேன்!"...என்று கொக்கரித்த நாகையாவிடம், பொறுப்பை ஒப்படைத்துவிட்டு வம்பநாட்டு வேந்தன் சினம் கொப்பளிக்க அங்கிருந்து குதிரையை விரட்டினான்!".

அக்கணம், குதிரையிலிருந்து கீழே இறங்கிய நாகையா; "வாடா பங்காளி!"..."அடேய் வம்ப நாட்டு தளபதி" இப்போது நீ இருக்கும் பரிதாப நிலைமையைப் பார்த்தாயா? உனது கதையை நான்தான் முடிப்பேன் என்று பலமுறை உன்னிடம் கூறிவந்தேன் அல்லவா!.."அந்த சபதம் இன்று நிறைவேறப் போகிறது"..."வீணாக உயிரை விடப் போகிறாய்!..உனது கதையை முடித்துவிட்டு, நீ இவ்வளவு நேரம் யாருக்காக வீர வசனம் பேசினாயோ அவளையே, எனது அந்தப்புர அழகியாக வைத்துக் கொள்ளவும் போகிறேன்!..."உன்னால் என்ன செய்ய முடியும்?" "ஒன்றை மட்டும் நினைவில் கொள், "ஆட்சியும் அதிகாரமும் ஒரிடத்தில் எப்போதும் நிலை கொண்டிருக்காது!" என்று அவன் பேசி முடிக்கும் தருவாயில். அதிரன் துரிதமாக செயல்பட்டு, தமக்கு பக்கவாட்டில் நின்று கொண்டிருந்த வீரமர்த்தினியின் குருவாளினைப் பிடுங்கி, அவனது நெஞ்சில் ஒரே சொருகாக சொருகினான்..

அடுத்த வினாடியில் "ஐயோ..அம்மா! என்ற பெருத்த அலறலுடன் குருதி கொப்பளித்து வெளியேற, நெஞ்சை

அவனது கரங்களால் பற்றியபடி, தரையில் சரிந்தான் நாகையா!"

அதைப்பார்த்து திடுக்கிட்டு, வேலினை வீசிய சுற்றியிருந்த பத்து வீரர்களையும், சுழன்று சுழன்று பந்தாடி, அவர்களின் கதையையும் முடித்தான் அதிரன்..

"அப்போது, உடனிருந்த வீரமர்த்தினி, "வீரரோ! இப்போது உங்களின் காதலையும் அதன் உண்மையையும், அதன் ஆழத்தையும் பரிபூரணமாக உணர்கிறேன். அதை ஏற்கவும் செய்கிறேன்" என்று சொல்லியபடி அவன் தோளில் சாய்ந்தாள்!"

"அவனது உள்ளம் பூரிப்பில் ஆய்ந்தது!"...பெரிய பொக்கிஷம் கிட்டிய மகிழ்வில் உள்ளம் குளிர்ந்தான் அதிரன்..

"வாருங்கள்!" நேரம் கூடிக் கொண்டே சென்றுகொண்டிருக்கிறது! அந்தக் குன்றின் மீதேறி, எதிரிகளின் முன்னேற்றத்தையும், நடவடிக்கையையும் கண்காணிப்போம்" என்றாள் வீரமர்த்தினி..

"அதுவும் சரிதான்"..வா செல்வோம் என்று சொல்லியபடி, அவளோடு அந்தக் குன்றினை ஏறி அதன் உச்சியின் மீது நின்று வடதிசை நோக்கி பார்வையை செலுத்தினேன் அதிரன்!"...

அங்கே, "ஆயிரக்கணக்கான வம்பநாட்டு வீரர்கள், பல்லவ தேசத்து எல்லைக்குள் அணிவகுத்து பிரவேசம் செய்து கொண்டிருந்தார்கள்!"..

"எதிரிகள் பல்லவ தேச எல்லைக்குள் நுழைந்து விட்டார்கள்!" அவர்கள் ஒருவரையும் உயிரோடு விடக்கூடாது என்று நான் சொல்லி முடிக்கும் தருவாயில்...

எனது முதுகில் "யாரே குறுவாளை பாய்ச்சி இருந்தார்கள்"...

நான் திரும்பிப் பார்த்தேன்..

அது "நான் யாருக்காக இதையெல்லாம் செய்தேனோ.. செய்யத் துணிந்தேனோ, அந்த மங்கை வீரமர்த்தினி தான், எனது முதுகினில் குத்தியிருந்தாள்"

"நீயா?...ஏன் இப்படி செய்தாய்? இப்படி முதுகில் குதிவிட்டாயே?

ஆம்!.."நீங்கள்தானே சற்று முன்பாக கூறியிருந்தீர்கள்?..."எதிரிகள் யாரும் உயிரோடு இருக்கக் கூடாது என்று......"அதைத்தான் நானும் செய்து இருக்கிறேன்" என்று நகைப்போடு சொன்னாள்...

அப்போதுதான், அவளை நன்றாக அவளின் விழிகளை உற்று நோக்கினேன்.. நீ....அவள் அல்லவே!"...

"நான் அவளில்லை"..."அவளின் சிற்றப்பா மகள் நாகினி"...உருவத்தில் நாங்கள் இருவரும் ஒருவரை ஒருவர் ஒத்திருக்கிறோம் என்று பல்லவ தேசமே அதிசயத்தில் வாயடைத்து புகழ்வர்!. ஆயினும், என்ன பயன்?....அரண்மனையில் வசிக்கும் அவளுக்கு கிட்டும் புகழும் பேரும், எனக்கும் கிட்டவில்லையே? நாங்களும் அரசகுலம் என்றாலும், அரியணையில் அமர்ந்து இருக்கும் அவளின் தந்தைக்கு உரிய மரியாதையை, இந்த தேசத்து மக்கள் எனது தந்தைக்கு வழங்கவில்லையே? அதனால், நான் தான் திட்டம் வகுத்து சதி செய்து வம்ப நாட்டு வேந்தனின் தமையனை எனது காதல் வலையில் வீழ்த்தினேன். அவன் மூலமாக அனைத்து திட்டத்தையும் நிறைவேற்றி முடித்தேன்!." கடைசியில், காரியம் கைகூடி வரும் தருவாயில், இடையில் நந்திபோல புகுந்து

அனைத்தையும் நீ கெடுத்துவிட்டாயே! இனி நீ உயிரோடு இருந்து யாருக்கு என்ன பயன்?

அப்படியென்றால் வீரமர்த்தினிக்கு என்ன ஆயிற்று?

"உங்கள் உரையாடல் நடைபெற்று வந்த இறுதி நேரத்தில், சில கண நேரம் மௌனம் நிலவியது அல்லவா?..அப்போது நீங்கள் கூட வினவினீர்களே " ஏன் இந்த மௌனம் என்று? அப்போதே அவளை தூக்கிவிட்டோம்!..."கவலை வேண்டாம்..அவளையும் இன்னும் சிறிது நேரத்தில் கொன்று விடுவேன்! பிறகு, "நான்தான் இந்த நாட்டின் இளவரசி..ராணி..எல்லாமுமே! என்று சொல்லி பேய்ச் சிரிப்பினை உதிர்த்தாள் நாகினி"...

"வேண்டாம்!..அவளை எதுவும் விடாதே"! அவள் உயிருக்கு ஏதாவது தீங்கு நேர்ந்தால், அதற்கு காரணமான ஒருவரைக் கூட உயிரோடு விட்டு வைக்க மாட்டேன்!.... அவளுக்காக மீண்டும் நான் வருவேன்"..அவளுக்கு செய்து கொடுத்த வாக்கினை...என்று சொல்லி முடிக்கும் தருவாயில்......

"உயிரை விடும் கடைசி நிமிடத்தில், உங்களுக்கு மிகுந்த சிரத்தை வேண்டாம்!.."நிம்மதியாக மேலோகம் சென்று சேருங்கள்" உங்களுக்கு துணையாக இன்னும் சில நாழிகையில் உங்கள் காதலியும், உங்களின் பின்னாலேயே வந்து சேர்வாள்!"..என்று சொல்லியபடி என்னைப் பிடித்து அந்த குன்றின் உச்சியில் இருந்து, அருவியில் தள்ளிவிட்டாள் நாகினி.

"எனது விழிகளில் இப்போது கண்ணீரும் கம்பலையுமாக வீரமர்த்தினி தோன்றினாள்!"

"நீங்கள் திரும்ப வருவீர்கள் தானே?

வருவேன்...நாளையே மீண்டும் வருவேன்"

நிச்சயமாக?....வருவீர்களா? உங்கள் வார்த்தையை நம்பி காத்திருக்கலாமா?

"நிச்சயம் உனக்காகவே வருவேன்!...எனது வாக்கை காப்பாற்றியே தீருவேன்...


"நான் வந்தே வருவேன்!"....என்ற அலறலோடு அருவியில் சரிந்தேன் நான்..

# அத்தியாயம் - 16

"மருத்துவமனை பெட்டில் படுத்துக்கொண்டிருந்த மித்ரன் மிகுந்த சிரத்தையுடன் இமைகளை விரித்து விழிகளை திறந்து தமக்கு எதிரே நின்று கொண்டிருந்த ஷாலினியை ஏறிட்டான்...

"சிரத்தை வேண்டாம்"...நீங்கள் படுத்துக் கொள்ளுங்கள்!. எழுந்திருக்க முயற்சிக்க வேண்டாம்!...என்றாள் அவள்..

தலையில், பலத்த காயத்துக்கு போடப்பட்டிருந்த பெரிய கட்டும், அவனது வலது காலின் கணுக்காலில் போடப்பட்டிருந்த மாவு கட்டும், அவனுக்கு மிகுந்த வலியை கொடுத்துக் கொண்டிருந்தது. அத்தோடு, உடம்பு முழுக்க ஏற்பட்டிருந்த சிராய்ப்பு காயங்கள் மேலும் அவனுக்கு கூடுதல் எரிச்சலை ஏற்படுத்திக் கொண்டிருந்தது!.

"நீங்கள் உயிர் பிழைத்தது தெய்வாதீனமான செயல்தான்...

ஆம்...ஆதித்யா எங்கே? நலமாக இருக்கிறானா? அவனுக்கு சிகிச்சை தொடங்கியாயிற்றா?

"இன்னமும் இல்லை". அதற்குள் ஒரு அசம்பாவிதம் ஏற்பட்டு விட்டது.

என்ன ஆயிற்று?

ஆதித்யா, அவரின் மனைவியை கொல்லும் அளவுக்கு சென்றுவிட்டார்.

ஐயோ..பிறகு?

"நல்லவேளை ஒன்றும் ஆகவில்லை"... கொல்லிமலையில் சுற்றுலா சென்றிருந்த டாக்டர் பிரான்சிசை தேடிக் கண்டுபிடித்துவிட்டோம்!. அவரிடத்தில் ஆதித்யா பிரச்சனை அனைத்தையும் சொல்லிவிட்டோம். அவர் ஆதித்யாவுக்கு, பாண்டிச்சேரியில் இருக்கும் அவரது பண்ணை வீட்டில் வைத்து சிகிச்சை தர ஏற்பாடு செய்து இருக்கிறார்...

"அதற்கு ஆதித்யா ஒப்புக்கொண்டானா?"

இல்லை!...''அவரை கொல்லிமலைக்கு அழைப்பதாக கூறிவிட்டு, வழியில் பாண்டிச்சேரியில் இருக்கும் அவரது பண்ணை வீட்டுக்கு கொண்டு போய் வைத்திருக்கிறோம்!. அது அவருக்கு தெரியாது. இன்னும், ஒரு வாரத்துக்கு அவரை படுக்கையில் ஆழ்ந்த தூக்கத்திலேயே வைத்திருந்துவிட்டு, அதன் பிறகுதான் முறையான இறுதி சிகிச்சையை அளிக்க இருக்கிறோம்!. அது விஷயமாகத்தான் நான் உங்களை சந்திக்க வந்திருக்கிறேன்.

நான் என்ன உதவி செய்ய வேண்டும்?

ஆதித்யாவின் வீட்டினை, அவர் மனைவி தரவாக சோதனை செய்துவிட்டார். அங்கு, நமக்கு தேவையான எந்தவித தடயம் எதுவும் சிக்கவில்லை. அதேபோல, மிருதுளாவிடம் அலுவலகத்தில் தேடிப் பார்க்கச் சொன்னோம் அங்கும் ஒன்றும் கிடைக்கவில்லை!.. அதனால், டாக்டர் பிரான்சிஸ் உங்களை நேரில் சந்தித்து அவர் வேறெங்காவது தனிப்பட்ட ரூம், பேங்க் லாக்கர் எதையாவது பயன்படுத்தி வருகிறாரா? கடந்த மூன்று

மாத காலத்தில் அவர் சென்ற இடங்கள், நடவடிக்கைகள், பழகிய மனிதர்கள், சந்தேகத்துக்கு உரிய சம்பவங்கள், முதலிய தகவல்களை உங்களிடமிருந்து சேகரித்து கொண்டுவர என்னை அனுப்பி வைத்து இருக்கிறார்.

"எனக்கு தெரிந்த அனைத்தையும் சொல்கிறேன". போனில் ரெகார்ட் செய்து கொள்ளுங்கள!. இதில், "ஏதாவது ஒரு தகவல் டாக்டர் பிரான்சிச்க்கு உதவியாக இருக்கலாம்" என்று தொண்டையை ஒரு முறை செருமியபடி ஆதித்யா குறித்த விவரங்களை சுமாராக அரை மணி நேரமாக கூறத் தொடங்கினான் மித்ரன்..

பிறகு, நீங்கள் சொன்ன விஷயங்கள் அனைத்தும் சாதாரணமான ஒன்றாகவே இருக்கிறது. இதில், எங்குமே அவரைப் பற்றிய, எந்தவித புதிய தகவலோ அல்லது வினோத நடவடிக்கையோ இல்லையே? என்று கேட்டாள் விஷாலினி

"ஆம்!"...அதுதான் அவனோடு உடனிருந்த எனக்கே தோன்றும் ஆச்சர்யம்!. அவன், "துளியளவும் சந்தேகம் கொள்ளும் வகையில் ஒருபோதும் நடந்து கொண்டதே கிடையாது". இரண்டு வாரத்துக்கு முன்பாக, நாங்கள் வாரியங்காவல் தர்காவுக்கு சென்றுவிட்டு திரும்பியபோது, வழியில் நிறுத்தி நான் மட்டும் போன் பேசிவிட்டு வருவதாக கூறிவிட்டு, அவனது போனை வாங்கிக்கொண்டு சென்று, சிறிது நேரம் பேசிவிட்டு, மீண்டும் காருக்கு வரும்போது அவனை கவனித்தேன். "அப்போதும் வெகு இயல்பாக இருந்தான்"!.

பிறகு, இந்த விபத்து எப்படி நடந்தது?

நான் காரில் ஏறி அமர்ந்து காரை கிளப்ப முயற்சித்த போது:

"டேய் மச்சான்! காரை நான் ஓட்டறேன்! நீ வந்து என் சீட்ல உட்காரு என்று காரைவிட்டு இறங்கினான். நானும் அசதியில் இருந்ததால், அவன் ஓட்டட்டும் என்று, சீட் மாறி உட்கார்ந்தேன்!...

சிறிது தூரம் சென்றதும், "மித்ரா! நீ எதையாவது என்னிடம் இருந்து மறைக்கிறாயா? என்று கேட்டான்..

அதற்கு, நான் " உன்னிடம் மறைக்க என்ன இருக்கிறது? என்று சொன்னேன்..

உடனே அவன், "உங்கள் யாருக்கும் எனது நிலைமை புரியாது. எடுத்துக் கூறினாலும் உங்களால் புரிந்து கொள்ள முடியாது. அதனால், எனது இலட்சியத்தை நிறைவேற்றச் செல்லும் பாதையில், யார் குறுக்கே நின்றாலும் அவர்கள் எனது எதிரிகள் தான். "எதிரிகளுக்கு தண்டனை, மரணம் மட்டுமே"...என்று சொல்லிவிட்டு சற்றும் யோசிக்காமல், நெடுஞ்சாலை வளைவில் எதிரே வந்த ஒரு கனரக லாரி மீது, நேருக்கு நேராக காரினை கொண்டுபோய் மோதிவிட்டான்!". விபத்து நடக்கப் போகும் சில நொடிக்கு முன்பாக பார்க்க வேண்டுமே, அப்பப்பா! "அவனது முகத்தில் தோன்றிய குரூரத்தைப் பார்த்து, நான் நடுநடுங்கி விட்டேன்!. "அவன் குரல், அந்த கடைசி சில நொடிகளில் பெரிய மாற்றம் கண்டிருந்தது" "வேற்றாள் பேசியது போல இருந்தது" என்றான் மித்ரன்...

என்ன சொன்னீர்கள்? என்று கேட்டபடி திடீரென விஷாலினி உற்சாகம் கொண்டாள்...

அதான் சொன்னேனே "அவனது முகம் ஒரு சைக்கோ கில்லரைப் போல கொடூரமாக மாறியது என்று"

அது இல்லை கடைசியாக ஏதோ சொன்னீர்களே?

"ஓ"..அதுவா!...அவன் அப்படி பேசியபோது, அது அவனது குரல்போல இல்லாமல் மிகவும் கரகரப்பு

பொருந்திய வலிமையான குரல்வளம் கொண்டவர்கள் பேசுவது போல கணீரெனக் கேட்டது"

ஆம்!..."அதுதான் முக்கியமான விஷயம்!"...நான் இப்போதே போன் செய்து, இந்த விபரத்தை டாக்டர்க்கு தெரிவித்து விட்டு வருகிறேன்", அதுவரை நீங்கள் ஓய்வெடுங்கள், என்று மித்ரனிடம் சொல்லிவிட்டு, உடனே டாக்டருக்கு போன் போட்டாள் விஷாலினி

மறுமுனையில் "சொல்லுமா விஷாலினி" என்றார் நீலகண்டன்..

டாக்டர்! ஆதித்யா பற்றிய, ஒரு முக்கியமான சேதி கிடைத்து இருக்கிறது!"

"ஒரு நிமிடம் பொறு", போனை டாக்டர் பிரான்சிஸ் அவர்களிடம் தருகிறேன், நேரிடையாக அவரிடமே விஷயத்தைக் கூறு...

சரி டாக்டர்!..

"எஸ்."...சொல்லுங்க!...என்று போனை வாங்கி பேசினார் பிரான்சிஸ்

"விபத்து தானாக நடக்கவில்லை". ஆதித்யாதான், ஏற்படுத்தி இருக்கிறார். காரில் பிரேக்கை கட் செய்து விட்டது மட்டுமல்லாமல், அவரே காரை ஓட்டி விபத்தையும் ஏற்படுத்தி இருக்கிறார். அத்தோடு, அவர் விபத்து ஏற்படுத்தும் சில நொடிகளுக்கு முன்பாக பேசியபோது, அவரின் குரல் மாறியிருக்கிறது" என்று மித்ரன் கூறியதை தெரிவித்தாள்

"ஓகே"...அப்படியென்றால் தமக்கு எதிரியாக தோற்றம் அளிப்பவர்கள், தமது எண்ணத்திற்கு குறுக்கே நிற்பவர்கள், எந்த வகையிலும் தப்பிவிடக்கூடாது என்பதற்காக, முன்னெச்சரிக்கையாக அதே வேளையில், கவனமாக

ஆதித்யா செயல்பட்டு இருக்கிறார்.. "சந்தேகமே வேண்டாம்" நான் நினைத்தது சரிதான்!..."ஆதித்யா, இந்த மனநோயின் இறுதிக் கட்டத்தில் இருக்கிறார்!"... நாம் எவ்வளவு சீக்கிரம் முடியுமோ அவ்வளவு சீக்கிரம் சிகிச்சையை ஆரம்பித்து விடுவது உத்தமம்!..

டாக்டர் எனக்கு ஒரு சந்தேகம்

என்ன?

காரை ஓட்டி விபத்து ஏற்படுத்தினால், அதில் அவரது உயிர் போகும் வாய்ப்பும் அதிகம் இருக்கிறதுதானே? அப்படியிருக்க, ஆதித்யா இதை தெரிந்தும், ஏன் அப்படி செய்து இருக்க வேண்டும்?

"இது சாதாரண லாஜிக்!" காரின் பிரேக்கை கட் பண்ணிவிட்டது, விபத்தை ஏற்படுத்தவே. அதேவேளையில், "அந்த விபத்து நடந்தே தீர வேண்டும் என்பதற்காக ஆதித்யாவே அந்த காரை ஓட்டி இருக்கிறார்". அவரின் நோக்கம், விபத்து நடந்தே தீர வேண்டும் என்பது மட்டுமே! இதில் என்ன வேடிக்கை என்றால், இதுபோன்ற மாயையில் சிக்கி இருப்பவர்கள், "தங்களை சூப்பர் பவர் கொண்ட மனிதர்கள் போல தங்களை கற்பனை செய்துகொள்வார்கள்!". எத்தகைய ஆபத்து வந்தாலும், அது தன்னை ஒன்று செய்துவிடாது என்று அதீத நம்பிக்கையிலும் வாழ்ந்தும் கொண்டிருப்பார்கள்!".

"ஓகோ"...அப்படியென்றால், திடீர் அந்த முகமாற்றம் மற்றும் குரல் மாற்றம் ஏற்படுவதன் அர்த்தம்?

"அதுவும் அப்படித்தான்!". வெயிட்.... வெயிட்.... என்ன சொன்னாய்?...குரல் மாற்றமா? குரலில் கடுமை என்று சொல்வதைத்தான் அப்படி சொல்கிறாயா? அல்லது குரல் மாற்றம் என்றே சொல்கிறாயா?

"குரல் மாற்றம் தான் டாக்டர்!", நான் மித்ரனிடம் பேசும்போது, இதே சந்தேகத்தை மீண்டும் கேட்டு உறுதி செய்து கொண்டேன். "விபத்து நடப்பதற்கு சில நொடிகளுக்கு முன்பாக, பேசிய ஆதித்யாவின் குரல் அவருடையது இல்லையாம்!"...

என்ன சொல்கிறாய்?

ஆமாம் டாக்டர், நான் மித்ரனோடு பேசிய உரையாடல்களை ஆடியோ பதிவு செய்து வைத்து இருக்கிறேன். அதனை உங்களுக்கு அனுப்பி வைக்கிறேன் நீங்கள் வேண்டுமானால் கேட்டுப் பாருங்கள்...

"ஓ..மை காட்!"...ஆதித்யாவுக்கு, நாம் நினைப்பதைவிட வேறு ஒரு பெரிய பிரச்சனை இருந்து கொண்டிருக்கிறது!. "நாம் தாமதிக்கும் ஒவ்வொரு நிமிடமும், அது அவரின் உயிருக்கு ஆபத்துதான்".."அவரை எப்படி காப்பற்றப் போகிறேன் என்று தெரியவில்லை!..".நீ ஒன்று செய்"... உடனே, ஆதித்யா வீட்டில் இருக்கும் அலுவலக அறைக்கு சென்று, அங்கு நமக்கு வேண்டிய உபயோகமான விஷயம் ஏதாவது கிட்டுகிறதா என்று சோதனை செய், அப்படியே அவரின் செகரட்டரி மிருதுளாவிடமும் இப்போது மித்ரனிடம் விசாரித்தது போல, விசாரணை செய். அதில் கூடுதலாக தகவல்கள் ஏதாவது நமக்கு கிடைக்கக் கூடும்!"...

"சரிங்க டாக்டர்"....இப்போதே அவரின் வீட்டுக்குச் செல்கிறேன்!...

போன் துண்டிக்கப்பட்டது. இப்போது டாக்டர் பிரான்சிஸ் நெற்றியில் வியர்த்துக் கொண்டிருந்த வியர்வைத் துளிகளை துடைத்து விட்டபடி..."மிஸ்டர் நீலகண்டன்!"...ஆதித்யாவின், அனைத்து கோப்புகளையும் உடனே எடுத்து வாருங்கள். ஆரம்பம் முதல், இப்போது

எடுத்த சோதனை ரிப்போர்ட் வரை, அனைத்தையும் தரவாக அலச வேண்டும்...ஒன்றை கவனித்தீர்களா? நீங்கள் இரண்டு வாரங்களுக்கு முன்பு, அவர் கனவுலகில் சஞ்சரம் செய்து கொண்டிருந்தபோது எடுத்து இதயத் துடிப்பின் அளவுக்கும், இப்போது இருக்கும் அளவுக்கும் இருக்கும் வித்தியாசத்தை?

"ஆம்..டாக்டர்!"..அப்போது கூடுதலாக இருந்தது. இப்போது, சீராக இருந்து கொண்டிருக்கிறது"...

அதற்கு காரணம், "ஆதித்யாவுக்கு, அவர் கனவின் விடுபட்ட நோக்கத்தை நிறைவேற்ற, அந்த கனவு உலகில் சென்று, கற்பனை மாந்தர்களோடு ஒன்று சேர்ந்துவிடப் போகிறோம் என்ற பேராவல்தான்" அவரை இயல்பாக இருக்க வைத்து இருக்கிறது!. அவரின் அந்த தீவிர நம்பிக்கையும், கட்டுபாட்டில் இருக்கும் அவரின் உணர்வுகளும்தான், நமக்கு இப்போதைய பெரும் ஆறுதல். ஆனால், அதுவும் வெகு நாளைக்கு நீடிக்காது"..

நாம் என்ன செய்யப் போகிறோம்..?

"அதுதான் எனக்கும் குழப்பமாகவே இருக்கிறது". நாம் நினைப்பது போல ஆதித்யா, சாதாரணமானவர் இல்லை. அவர், அவருக்கு வந்த கனவின் காட்சிகளை நிஜம் என்று ஆணித்தரமாக நம்புகிறார். அத்தோடு அத்தகைய காட்சிகள் அவரின் ஆழ் மனதில் நிரம்ப, நிலையாக பதிந்துவிட்டது!. அவரது மெடிக்கல் ரெகார்ட் படி, அவருக்கு இந்த கனவு வந்தது பத்து ஆண்டுகளுக்கு முன்பாக என்று தெரிவித்து இருக்கிறார்!. அதாவது 2013 இல் இருந்து, தொடர்ச்சியாக ஒரே விதமான கனவு மட்டுமே மூன்றாண்டுகள் இடைவெளியில் அவ்வப்போது வந்ததாகவும், பிறகு திருமணம் ஆகி சில ஆண்டுகள் அத்தகைய கனவு வரவில்லை என்றும், பிறகு மீண்டும் 2020 இல் இருந்து, இரண்டு ஆண்டுகளாக அதே தொடர்

கனவுகள் வந்து கொண்டிருக்கிறது என்றும் தெரிவித்து இருக்கிறார்...அப்படித்தானே?

:ஆமாம்...டாக்டர்!"...

அப்படியென்றால், அவர் கடந்த இரண்டு ஆண்டுகளாக எப்படியாவது இந்த பிரச்சனையில் இருந்து மீண்டு சகஜ நிலைக்கு திரும்ப சிகிச்சை எடுத்து கொண்டிருக்க வேண்டும்தானே?

"ஆம்"...அதனால்தான், கடந்த ஒரு வருடத்துக்கு முன்பாக எனது மருத்துவமனைக்கும் வந்தார்....நானும் வேண்டிய சிகிச்சையை அவருக்கு அளித்தும் வந்தேன்"

"டாக்டர் பிரான்சிஸ் சிரித்தார்!" ...."இன்னுமா உங்களுக்கு புரியவில்லை?...ஆதித்யாவின் நோக்கம், அந்த கனவின் தொல்லையில் இருந்து விடுபட்டு குணம் அடைவது அல்ல!"...

வேறு என்னவாக இருக்கும்?

"அந்த கனவு உலகத்தில் நிலையாக சென்று சேருவது!"...

அது எப்படி சாத்தியம்? எப்படி அவ்வளவு உறுதியாக கூறுகிறீர்கள்?

"எனது கணிப்பு உண்மை என்றால், கடந்த இரண்டு ஆண்டுகளாகவே, ஆதித்யா இந்தப் பிரச்சனையை கடுமையாக எதிர்கொண்டு இருந்து கொண்டிருக்க வேண்டும். "அதாவது, அவர் நம்பும் அந்த கனவின் பிரதேசம் அவருக்கு நன்றாக நினைவில் இருந்தாலும், அவரால் அந்த இடத்துக்கு போக முடியவில்லை!".. அவரின் மூளையின் உணர்வுகள், அதற்கு இடம் கொடுக்காமல், அவரின் ஆழ்மன தாகத்து உணர்வுகளைக் கட்டிப்போட்டு வைத்து இருக்கிறது!. ஆனாலும், "அவர்

விடாமல், எப்படியாவது தொடர் கனவின் மிச்சத்தை முடித்துவிட வேண்டும்" என்று துடியாய் துடித்துக் கொண்டிருக்கிறார்!..அதற்காகத்தான், நிறைய செலவு, செய்து கனடாவில் இருக்கும், எனது கொலிக்கான பிரபல மனோதத்துவ நிபுணரான டாக்டர் ஸ்டிபனை சந்தித்து ஆலோசனையும் பெற்று இருக்க வேண்டும்!". ஆனால், அங்கும் அவர் எதிர்பார்த்த காரியம் நடக்காமல் போகவே, என்னைப்பற்றி கேள்விப்பட்டு, பின்லாந்து நாட்டுக்கு வந்து இருக்கிறார். அப்போது, நான் ஒரு அவசர மீட்டிங் காரணமாக ரஷ்யா செல்ல வேண்டியதாகிவிட்டது.ரஷ்யா சென்ற நான் மறுபடியும் பின்லாந்து செல்லவில்லை... அப்படியே கிளம்பி, இந்தியாவுக்கு வந்து இங்கேயே செட்டில் ஆகிவிட்டேன். அதனால் எங்களின் சந்திப்பு தள்ளிப்போய் விட்டது."

"நீங்கள் கூறுவது போல ஏன் இருக்க வேண்டும்?. ஒருவேளை அவர் குணமடைய வேண்டி கூட, கனடா அல்லது பின்லாந்துக்கு வந்திருக்கலாம் அல்லவா?...

"இல்லை"..."நிச்சயம் இல்லை! ...அவர் வைதீஸ்வரன் கோவிலுக்கும், ஆந்திராவில் இருக்கும் தர்காவுக்கு சென்று வந்ததாக கூறினீர்கள் அல்லவா?

"ஆம்.."

அதன் நோக்கம், என்னவாக இருக்கும் என்று நீங்கள் நினைக்கிறீர்கள்?

"எதிர்காலம் குறித்து அறியும் ஆசை எல்லோருக்கும் உண்டுதானே! அதனால் சென்று வந்து இருக்கலாம்...

"அதையெல்லாம், நான் எப்படி பார்க்கிறேன் தெரியுமா? சமீபத்தில், ஆதித்யா சென்று வந்ததாக நமக்கு தெரிந்தது இந்த இரண்டு இடம் மட்டும்தான்". அதுபோன்ற, பல இடங்களுக்கு அவர் சென்று

வந்திருக்கக் கூடும்!. காரணம், இப்போது எல்லா சமூக ஊடகங்களிலும் "ஆவிகளோடு பேசலாம், இறந்தவர் உடலில் இறங்கி ஆருடம் உரைப்பார்கள், கனவின் பலனை மீட்டுத் தருகிறோம்" கூடுவிட்டு கூடு பாய உதவுகிறோம்" அஷ்டம சக்திகளின் ஆற்றலைக் கொண்டு எதையும் சாதிக்கிறோம்" என்றெல்லாம் கவர்ச்சி விளம்பரங்கள் வந்து கொண்டிருக்கறதல்லவா? அதனைப் பார்த்த ஆதித்யா, அந்த வழியினையும் முயற்சி செய்து பார்த்திருக்கக் கூடும்!. எப்படியாவது, ஒரு வழியில் அவர் அந்த கனவுலகுக்கு போக வேண்டும், கனவில் பார்த்த பெண்ணுக்கு கொடுத்த வாக்கினை நிறைவேற்றி கொடுக்க வேண்டும். அதற்காகத்தான் அவர் துடி துடித்துக் கொண்டிருக்கிறார்."..

இத்தகைய, மனப்பிரம்மை அல்லது தாக்கம் எதனால் உண்டாகிறது? இத்தகைய நோயின் தீவிர பாதிப்புக்கு பெயர் எதாவது இருக்கிறதா?

"நல்ல கேள்வி"... பொதுவாக, உளவியில் ரீதியாக பிரச்சனைக்கு உள்ளாகி பாதிப்புக்கு ஆட்படுபவர்களை "ஸ்கிசோ.:ப்ரினியா" நோயாளிகள்" என்று அழைப்பார்கள். ஆனால், ஆதித்யாவுக்கு ஏற்பட்டிருக்கும் உளவியல் பாதிப்பு, அந்த நோயினைக் காட்டிலும் ஆயிரம் மடங்கு தீவிரம் வாய்ந்தது!. ஆதித்யாவின் இந்த நோய்க்கு, நீங்களும் நானும்தான் பெயர் சூட்ட வேண்டும்".

"ஸ்கிசோ.:ப்ரினியா"வை ஒத்த வியாதியா? அப்படியென்றால், ஆதித்யாவின் மூளையில் மெசோனிம்பிக் பாதையில் "டோபமைன்" அதிக அளவில் சுரக்க வேண்டுமே? ஆனால், அப்படி ஒரு அறிகுறி அவரின் ரிப்போர்ட்டில் இல்லையே?...அத்தோடு, அதுபோன்ற நோயின் அறிகுறியான மனத்தளர்ச்சி, பதற்றம், நிம்மதியின்மை, படபடப்பு" போன்ற எந்தவித

அறிகுறியுமே தென்படவில்லையே? நீங்கள் கூறுவது உண்மையென்றால், வெகு இயல்பான மனிதராகாவே அவர் இருந்து கொண்டிருப்பது எப்படி?

"அதுவும் சரிதான்".. ஒருவேளை, அவர் அதற்கான "ஆன்டிசைகோடிக் மருந்துகளை" யாருக்கும் தெரியாமல் இரகசியமாக எடுத்து வந்திருக்கலாம்.. "இதுபோன்ற மன பாதிப்பு, கோடியில் ஒருவருக்கு ஏற்படுவதே அரிதிலும் அரிதான விஷயம்!"...பொதுவாக, எல்லோரும் கனவினை கண்டால் அதனை புறந்தள்ளிவிட்டு, மறுநாள் விடிந்ததும், அவர்களின் வேலையை பார்க்க முயல்வார்கள்!.. அதில் சிலர், கனவுக் காட்சிகளின் பொருள் குறித்து அர்த்தம் தேட முனைவார்கள்...ஆனால், கனவில் கண்ட காட்சிகளும், அதன் தன்மையும், "உண்மை என்று நம்புபவர்கள்" விரல் விட்டு எண்ணக் கூடிய வெகு சிலரே இந்த உலகில் அரிதாக இருப்பார்கள்...குறிப்பாக, அந்த கனவு முற்றிலும் நிஜம், அந்த கனவில் கண்ட யாவும் தனது வாழ்வின் அல்லது மற்றொரு பிறவியின் ஒரு அங்கம் என்று உறுதியாக நம்பி, அதற்காக சாகும் அளவுக்கு துணிபவர்கள் இந்த உலகில் உங்கள் பேஷண்ட் ஆதித்யா தவிர வேறு யாரும் இருக்க முடியாது!"...

அடக் கடவுளே! இது எங்கே சென்று முடியுமோ! சரிங்க டாக்டர் ஏன் அவரு அவங்க உயிர்த் தோழனையும், கட்டிய மனைவியையும் கொலை செய்யும் அளவுக்கு போக வேண்டும்?

"அவர்கள் இருவரை மட்டுமல்ல", அடுத்ததாக, அவரில் லிஸ்டில் நீங்கள், நான், ஏன் உங்கள் உதவியாளர் விஷாலினி, என அனைவரும் இருக்கக் கூடும்!" அதற்கு காரணம், ஒருவேளை இவர்கள் இருப்பதால்தான், நமக்கு அந்த கனவுக்குள் செல்ல முடியவில்லையோ? ஒருவேளை இவர்கள் ஏதாவது அதற்கு முட்டுக்கட்டை

போட்டுக் கொண்டிருக்கிறார்களோ? நமக்கு சிகிச்சை அளிக்கிறோம் என்ற பெயரில் நமது இலட்சியத்துக்கு தடைபோடும் சதி நடக்கிறதோ? ஒருவேளை நமக்கு திருமணம் ஆனதால்தான் அந்த இடத்துக்கு போய்ச் சேர முடியவில்லையோ? இல்லையென்றால், அந்த கனவில் நம்மை பின்தொடரும் முகமூடி அணிந்த மனிதர்கள் இவர்கள்தானோ? என்றெல்லாம் ஆதித்யாவின் மனம் பல வகையில் யோசிக்கும். அதனால் பலவித கேட்ட எண்ணங்கள் இப்படி அடிக்கடி உதிக்கும். அதனால் அவரின் உள்ளம் பலவாறு குழம்பும்!". அதன், முற்றிய விளைவின் உச்சம்தான், இப்படி கொலை செய்யத் துணியும் அளவுக்கும் முடிவினை எடுக்கத் தூண்டும் காரணியாக அமைந்து விடுகிறது!"..

அவர் கூறுவதை எல்லாம் கேட்டு முடித்த டாக்டர் நீலகண்டன், "என் வாழ்க்கையில் இப்படி ஒரு நோயாளியை நான் கண்டதே இல்லை"..என்று சொல்லியபடியே, சோர்வாக அருகில் இருந்த நாற்காலியில் அமரத் தொடங்கினார்..

"நீங்கள் மட்டுமல்ல!"..இந்த உலகில் இருக்கும், எந்தவொரு பிரபல மனோதத்துவ நிபுணரும் இத்தகைய, பிரச்சனையை எதிர்கொண்டு இருக்க மாட்டார்கள்". அவ்வளவு ஏன், உலகின் தலைசிறந்த மனோதத்துவ நிபுணரின் உதவியாளராக பணியாற்றிய அனுபவம் வாய்ந்த நானே, இதுபோன்ற ஒரு நோயாளியை நான் எனது வாழ்நாளில் கண்டதும் இல்லை, சிகிச்சை அளித்ததும் இல்லை" என்று சொன்னார் பிரான்சிஸ்...

நீங்கள் கூறுவதை பார்த்தால் ஆதித்யாவை பிழைக்க வைக்க நாம் மேற்கொள்ளும் நடவடிக்கை, சிகிச்சை இதெல்லாம் வெறும் முயற்சிதானா? நிச்சயம்

அவரை குணப்படுத்தி விடமுடியும் என்ற உத்திரவாதம் கிடையாதா?

"எடுத்த எடுப்பில் எதையும் உறுதியாக கூறிவிட முடியாது!"..நம்மால் முயன்ற சிகிச்சையை அவருக்கு கொடுத்து பார்ப்போம்!. மேற்கொண்டு, "அவர் தலையில் என்ன எழுதி இருக்கிறது என்பதை அந்த ஆண்டவன்தான் முடிவு செய்ய வேண்டும்" என்றார் பிரான்சிஸ்

அப்போது அவரின் செல்போன் சிணுங்கியது...

அதை எடுத்து பேசினார்: ஹலோ....

அப்படியா? "வெரி குட்"... அத அப்படியே என்னோட இ-மெயில், இல்லனா வாட்ஸ்அப் மூலமாக அனுப்பி வச்சிடுங்க...ரொம்ப நன்றி டாக்டர்!"....என்று பேசிவிட்டு, இணைப்பை துண்டித்து முடித்து, போனை கோட்டு பாக்கெட்டுக்குள் போட்டுக் கொண்டவர்..

"டாக்டர் நீலகண்டன், நமக்கு இன்னொரு லீட் கெடைச்சி இருக்கு". ஆதித்யா கனடா போய் சிகிச்சை எடுத்தப்போ, அவரோட கனவு சஞ்சர ஆடியோ பதிவு பத்திரமாக அந்த ஹாஸ்பிடல்ல சேமிச்சு வச்சு இருக்காங்களாம், நான் நேத்து அவங்கள தொடர்பு கொண்டு அதப்பத்தி விசாரிச்சி, அப்படி ஏதாவது இருந்தால் அனுப்பச் சொல்லி கேட்டு இருந்தேன்!.."நல்ல வேளை, அது நமக்கு கெடைச்சி இருக்கு"..அந்த பதிவுல, ஆதித்யா என்ன பேசி இருக்கார்னு கேட்டா, ஒருவேள அது நமக்கு உதவியாக இருக்கக் கூடும்"...

"ஏதாவது செய்து ஆதித்யாவின் உயிரை காப்பாற்றுங்கள்" ...உங்களுக்கு கோடிப் புண்ணியமாக இருக்கும்...நான் இந்த வழக்கில் அதிக சிரத்தை எடுத்தக்கொள்ள மற்றொரு காரணமும் இருக்கிறது.. அதை நான் இப்போது உங்களுக்கு நான் சொல்லியே தீர

வேண்டும். ஆதித்யாவின் மனைவி யாழினி, எனது சொந்த அண்ணன் மகள்"! எங்கே இந்த உண்மை தெரிந்தால், ஆதித்யா என்னிடம் சிகிச்சைக்கு வர ஒப்புக்கொள்ள மாட்டாரோ என்று நினைத்துதான் நாங்கள் திட்டமிட்டு இந்த உண்மையை இத்தனைக் காலம் மறைத்து வந்தோம்" என்று கண்ணீர் சிந்தினார் டாக்டர் நீலகண்டன்

டோன்ட் ஒர்ரி மிஸ்டர் நீலகண்டன்.."மனதை தளர விடாதீர்கள்!"..நம்பிக்கையை ஒருபோதும் இழக்காதீர்கள்!... இங்கே, "யார் நம்பிக்கையை இழந்தாலும், நோயாளிக்கு சிகிச்சை கொடுக்கப்போகும் மருத்துவர்களாகிய நீங்களும் நானுமே ஒருபோதும் அரை மனதோடு ஒரு காரியத்தை தொடங்கக் கூடாது" நிச்சயம் அவரை குணப்படுத்த முயற்சிப்போம்" என்று சொல்லி அவரின் தோளைத் தட்டிக் கொடுத்தார் டாக்டர் பிரான்சிஸ்.

# அத்தியாயம் - 17

"கலங்கிய விழிகளோடு கவலை பொங்க பெட்டில் படுத்துக் கொண்டிருந்த ஆதித்யாவை பார்த்துக் கொண்டிருந்தாள் யாழினி..

"நாங்கள் யாருக்கு என்ன தீங்கு செய்தோம்? எங்களுக்கு மட்டும் ஏன் இப்படியெல்லாம் நடந்து கொண்டிருக்கிறது? என்று வேதனையோடு உள்ளுக்குள் குமுறலை உதிர்த்துக் கொண்டிருந்தாள் அவள்..

அப்போது ஆதித்யாவின் எண்ணுக்கு ஒரு போன் வந்தது. என்னைப் பார்த்தால் அது வெளிநாட்டில் இருந்து செய்யபட்ட போன் கால் போலத் தெரிந்தது"..

அந்தப் போனை எடுத்து யாழினி பேசினாள்!

...ஹலோ...

ஹலோ..அமெரிக்காவில் இருந்து எக்ஸ்-மாக்ஸ் மனோதத்துவ ஆராய்ச்சி நிறுவனத்தில் இருந்து பேசறோம்!..மிஸ்டர் ஆதித்யா இருக்காரா? அவரோடு பேச வேண்டும்..

விஷயத்த சொல்லுங்க!..நான் அவரோட மனைவிதான் பேசறேன்..

"அவர் மூணு மாசத்துக்கு முன்பாக, எங்களை தொடர்பு கொண்டு, எங்களோட கரீபியன் தீவுல நடக்கப் போற "சொப்பன சொர்க்கம்" அப்படிங்கற நிகழ்ச்சியில

பங்குபெற பணம் கட்டி இருந்தாரு!"..நாங்க ஒரு வாரமா அவர கான்டாக்ட் பண்ண முயற்சி பண்றோம். இன்னைக்குதான் லைன் கெடைச்சது. அடுத்த மாசம் இரண்டாம் தேதி அந்த விழா நடக்குது. அவரும் இந்த நிகழ்ச்சிக்கு குலுக்கல் முறையில் தேர்ந்தெடுக்கப்பட்டு இருக்கார். இந்த தகவல அவர்கிட்ட சொல்லிடுங்க "இன்னும் மூன்று வாரத்துக்குள் புறப்பட்டு, அமெரிக்கா வர வேண்டும்" என்று தகவல் சொல்லிவிட்டு லைன் துண்டிக்கப்பட்டது!...

அதனை கேட்டும் மேலும் அதிர்ச்சியில் உறைந்தவள், ஆதித்யாவின் அறையில் இருந்து வெளியேறி, டாக்டர் பிரான்சிஸ் மற்றும் உடனிருந்த டாக்டர் நீலகண்டனிடம் இந்த தகவலை தெரிவித்தாள்..

"ஓ..மை..காட்"..."சொப்பன சொர்க்கம்" அப்படிங்கறது ஆபத்தான ஒரு நிகழ்ச்சி! இதுபோன்ற அபாயகரமான நிகழ்ச்சிய உலகத்தோட பல நாடுகள் தடை பண்ணி இருக்காங்க.. இந்த ஆபத்தான நிகழ்ச்சியில் பங்கு கொண்டால், "உயிருக்கு உத்திரவாதம் கிடையாது. அப்படியொரு" ஒரு வினோத நிகழ்வு அது!.. "இது எப்படி ஆதித்யாவுக்கு தெரிந்து இருக்கிறது? அவர் எப்படி அதற்கு ஒப்புகொண்டார்? என்று சொல்லிவிட்டு வெள்ளை முடி தரித்த நெற்றிக்கு கீழே துளிர்த்த வியர்வைகளை துடைத்துக் கொண்டிருந்தார் பிரான்சிஸ்.

டாக்டர்! எனக்கு ஒரு யோசனை தோணுது...நான் சென்னைக்கு போயிட்டு வரட்டுமா? என்று கேட்டாள் யாழினி..

"ஏன் திடிரென்று? வேண்டாம்!..".நீங்கள் செல்வதாக இருந்தால் உங்கள் பெற்றோரின் வீட்டுக்கு சென்று அவர்களோடு பாதுகாப்பாக இருங்கள். உங்கள் வீட்டுக்கு சென்று தனிமையில் இருக்க வேண்டாம்.."நீங்கள்

நினைப்பது போல, ஆதித்யாவை இங்கேயே பத்திரமாக நமது கட்டுப்பாட்டில் சிகிச்சை முடியும்வரை வைத்திருக்க முடியும் என்று எந்த உத்திரவாதவும் கொடுக்க முடியாது. அவர், எந்நேரம் வேண்டுமானாலும் உக்கிரம் கொண்டு எழலாம், தப்பிச் செல்லலாம்". எதுவும், நமது கட்டுபாட்டில் இருக்கும் என்று சொல்ல முடியாது!"..

"டாக்டர்!..நான் அவரை விட்டு, நான் எங்கும் பிரிந்து செல்ல மாட்டேன். அவர் குணமாக, எனது உயிரைக் கூட இழக்க நான் ஒருபோதும் தயக்கம் கொண்டதில்லை"..

பிறகு, ஏன் இப்போது சென்னைக்கு போக வேண்டும்"

"நான் கிளம்பி வந்த அவசரத்தில் மாற்றுத் துணிமணிகள் எதையும் அதிகம் கொண்டுவரவில்லை.. அத்தோடு, எனது பெற்றோர் வீட்டில் இருக்கும் குழந்தைகள் இருவரும், நான் இல்லையென்றால், சரியாக சாப்பிட்டு இருக்க மாட்டார்கள்!..அதுவும் தவிர, நாங்கள் இருக்கும் வீடு தனிவீடு..நாங்கள் வாங்கும்போது பழைய பங்களா ஒன்று அதில் இருந்தது. எனது கணவர் பழமையை விரும்புபவர், மதிப்பவர், அதனால் அந்த வீட்டை இடித்துக் கட்டாமல் அதையே புதுப்பித்து அதில் வசித்து வருகிறோம்...அதனை சுத்தம் செய்ய ஆட்களை ஏற்பாடு செய்துவிட்டு உடனே திரும்பி வந்துவிடுகிறேன்...

என்ன சொன்னாய்? நீங்கள் வசிப்பது பழமையான பங்களாவா?

ஆமாம் டாக்டர்? அது யாரோ ஜமீன்தாரர் வசித்த அரண்மனையாம்..வெகுகாலம் பூட்டிக் கிடந்தது. இலண்டனில் செட்டிலாகி இருந்த அந்த ஜமீன் வாரிசிடம் இருந்துதான் எனது கணவர் அதை வாங்கினார்...

இதையேன், என்னிடம் முன்னமே தெரிவிக்கவில்லை?

ஏதோ பதற்றத்தில் இருந்ததால், இதைப்பற்றி கூறவில்லை...

"சரி".. உங்கள் வீட்டில் பயன்பாட்டில் இல்லாத பூட்டிய அறைகள் ஏதாவது இருக்கிறது?

"ஆம்"..முதல் மாடியில் இரண்டு அறைகளில் அவரின் பழைய தேவையற்ற பொருள்கள், ஆபீஸ் சம்பந்தப்பட்ட பைல்களை வைத்து இருக்கிறார்..இன்னொரு அறையில் பழைய பொருள்களை போட்டு வைத்து இருக்கிறோம். அதைத் தவிர்த்து, மீதமிருக்கும் ஆறு அறைகளும் பயன்பாட்டில்தான் இருக்கின்றன..

"ஓகே"..நீ புறப்பட்டுச் செல்!"... ஆனால், அடுத்த இரண்டு தினங்களுக்குள், நீ இங்கே திரும்ப வேண்டும்.. உங்கள் கணவரோடு நிச்சயம், நீங்கள் உடனிருந்தே ஆக வேண்டும்..அதேபோல, "நான் சொல்லும் நாள் அன்று, உங்கள் குழந்தைகளை கட்டாயம் இங்கே அழைத்து வரவேண்டும்" என்று சொன்னார் டாக்டர் பிரான்சிஸ்..

அருகிலிருந்த டாக்டர் நீலகண்டனிடம் "சித்தப்பா! அவரை பத்திரமாக கவனித்துக் கொள்ளுங்கள்" என்று சொல்லிவிட்டு அங்கிருந்து சென்னைக்கு கிளம்பினாள் யாழினி..

# அத்தியாயம் - 18

"பயணக் களைப்பு வாட்டினாலும், அதை பொருட்படுத்தாத யாழினி, பங்களாவில் நடு ஹாலில் இருந்த சோபாவில் அமர்ந்து, தலையைச் சாய்த்து விட்டத்தை நோக்கை தமது பார்வையை மேலே செலுத்தினாள்!".

"அவளை, ஏதேதோ இனம் புரியாத சிந்தனைகள் வாட்டத் தொடங்கின!". சற்று நேரம், சிந்தனையில் மூழ்கி இருந்தவளின் விழிகள் அப்படியே, அசதியில் மூடின!"..

அப்போது, ஆதித்யா அவள் முன்பாக தோன்றி, கையில் இருந்த கத்தியால், அவளின் மார்பை குறிவைத்து குத்தத் தொடங்குவது" போன்ற பிரம்மை தோன்றவே, அலறியடித்து எழுந்து, முகத்தை அலம்பிவிட்டு, ஆதித்யாவின் அறைக்குள் நுழைந்தாள்.

"கதவினை திறந்து ஆதித்யாவின் அறைக்கு சென்றபோது, யாழினிக்கு இதுவரை ஏற்படாத ஒரு புதுவித பயம் பிறந்தது!....

நமது கணவருக்கா இந்த நிலைமை? என்று கண்ணீர் சிந்தத் தொடங்கினாள்!

அந்த அறையின் விளக்குகள் எதையும் போடாமல், அங்கிருந்த சோபாவில் அமர்ந்தபடி, இருட்டிலேயே மணிக்கணக்கில் பலவித யோசனையில் இருந்து வந்தாள்.

"அவருக்கா இப்படி ஒரு நிலைமை வர வேண்டும்?" இறைவா ஏன் என்னை சோதிக்கிறாய்? நான் உனக்கு

அப்படி என்ன குறை வைத்தேன்? என்று அவள் வணங்கும் சிவபெருமானையும் கடிந்து கொண்டாள்.

இருவரும் காதலித்து திருமணம் செய்து கொண்டவர்கள். ஆதித்யா ஒரு விஷயத்தில் பிடிவாதமாக இருந்தால், அதனை நிறைவேற்றிக் காட்டும் வரை, அவனது பிடிவாத குணத்தையோ அல்லது அவனது கொள்கையையோ, யாருக்காகவும் ஒருபோதும் விட்டுக் கொடுக்க மாட்டான்!. அப்படித்தான், யாழினியின் தந்தையின் அலுவலகத்தில், சிறு வயதிலேயே சீனியர் செயலாளராக பணிக்கு சேர்ந்தவன், அவன் அப்ளை செய்திருந்த டெண்டர் கிடக்கும் என்று உறுதியாக நின்றான். ஆனால், உண்மை என்னவென்றால், அத்தகைய, டெண்டர் வேண்டும் என்றால் சில அமைச்சர்களின் செல்வாக்கோ, அல்லது மிகப் பெரிய மனிதர்களின் செல்வாக்கோ வேண்டும். ஆனால், இவை எதுவுமே இல்லாமல் சாதித்துக் காட்டி, அந்த டெண்டரை தனது நிறுவனத்துக்கு பெற்றுக் கொடுத்தான். அதனை அனைவரும் பாராட்டினர். வியந்தனர். அப்படித்தான், அந்த நிறுவனத்தின் கூடுதல் இயக்குனராக இருந்த யாழினியும் பாராட்டினால், வியந்தாள், காதல் கொண்டாள், திருமணமும் பூண்டாள்!

கடைசியில், எல்லோரின் சம்மதத்தோடு திருமணமும் நடந்து, இன்று நல்ல நிலையில், சமூகத்தில் ஒரு அந்தஸ்தில் வாழ்ந்து வந்து கொண்டிருக்கிறார்கள். இந்த சூழ்நிலையில் அவனுக்கு இப்படி ஒரு உளவியல் ரீதியான மன வியாதியா? அதுவும், பரமசாதுவான அவர் அடுத்தவர்களை கொல்லத் துணியும் அளவுக்கு இருந்து கொண்டிருக்கும் நிலைமை யாழினிக்கு பெருத்த கவலையை உண்டு பண்ணியது.

யாழினிக்கு என்ன செய்வது என்றே தெரியவில்லை.

அப்போதுதான் அவளுக்கு திடிரென்று அந்த யோசனை உதமாயிற்று!.

"சார்"...புதிதாக லாக்கர் ஆர்டர் செய்து இருந்தீர்கள்!. அதனை டெலிவரி செய்ய கொண்டு வந்திருக்கிறோம் என்று, டெலிவரி பாய் கூறியபோது, அவள் நான் அப்படி எதுவும் ஆர்டர் செய்யவில்லையே? நீங்கள் முகவரி மாறி வந்து இருப்பீர்கள் என்று அவள் இரண்டு மதங்களுக்கு நடந்த சம்பவத்தை நினைவு கூர்ந்தாள்!

"தம்பி! நான் எந்த பொருளையும் ஆர்டர் செய்யவில்லையே!

"இல்லை மேடம்!, இந்த முகவரிக்குத்தான், ஆதித்யா என்ற பெயரில் ஆர்டர் செய்யப்பட்டு இருக்கிறது!" என்று அந்த பில்லை காண்பித்து, உறுதிபட தெரிவித்தான் அந்த டெலிவரி பாய்!.

உடனே, அவள் ஆதித்யாவுக்கு போன் செய்து விவரத்தை தெரிவித்தாள்!. அதற்கு அவன், "ஓ..அதுவா," நான் அலுவலக தேவைக்காக அதனை ஆர்டர் செய்தேன். மறந்து வீட்டின் முகரியை, டெலிவரி முகவரியாக கொடுத்து இருக்கிறேன் போல, ஒன்றும் பிரச்சனை இல்லை, அதனை இறக்கி வைக்கச் சொல், நான் நாளை அதனை அலுவலத்தில் இருந்து ஆட்களை அனுப்பி எடுத்துக்கொண்டு போகச் செய்கிறேன்" என்று தெரிவித்து இருந்தான்.

அவளும் "சரி" என்றாள்.

பிறகு, பெரிய பீரோ ஒன்றை இறக்கி, வீட்டின் வராண்டாவில் வைத்துவிட்டு சென்றனர் டெலிவரி செய்ய வந்தவர்கள். "அதன் பிறகு, தொடர்ச்சியாக அவள் அந்த வீட்டிலேயேதான் இருந்து கொண்டிருந்தாள். வெளியில் எங்கும் செல்லவில்லை. ஆனால், அடுத்த

நாளே அந்த பீரோ அங்கே இல்லை. அவளும் அது குறித்து, அப்போதைக்கு அதனை பொருட்படுத்தவில்லை!"..

இப்போது, அந்த விஷயம் அவளுக்கு, அது ஒரு பொறியை தட்டி விட்டு, சந்தேகத்தை கிளப்பவே, உடனடியாக வேகமாக சி.சி டிவியின் கட்டுப்பாடு இருந்த அறைக்குள் ஓடி, அந்த தேதியிலும் அதற்கு பிறகும் பதிவான காட்சிகளை தேட ஆரம்பித்தாள்.

"டெலிவரி ஆன தேதியில் தொடங்கி, அதன் பிறகு, அடுத்த இரண்டு நாட்களுக்கு அந்த பீரோவை கொண்டு செல்ல எந்தவித வாகனமும், அவளது வீட்டுக்கு வந்து போனதாக காட்சியில்லை. அதே நேரத்தில், அந்த பீரோ அந்த வீட்டைவிட்டு வெளியே போனதற்கான எந்தவித தடயதுக்கான காட்சியும் பதிவாகி இருக்கவில்லை....

"யாழினிக்கு தூக்கி வாரிப் போட்டது!. அப்படியென்றால் வீட்டுக்குள் இருந்த அந்த பெரிய பீரோ எங்கே? எப்படி மாயமானது?

உடனே, அவள் அந்த பங்களாவில் இருந்த, பத்து அறைகளிலும் அந்த பீரோவைத் தேடி சல்லடைப் போட்டு தேடத் துவங்கினாள்..

ஆனால், அங்கு எங்குமே அந்த பீரோ இல்லை..

உடனே, மித்ரனுக்கு போன் போட்டு நடந்த விவரத்தை தெரிவித்தாள்

அதற்கு அவன், "நீ கூறுவது போல, ஆதித்யா ரூமில் எத்தகைய புதிய பீரோவும் இல்லை என்றும், ஏன் ஒட்டுமொத்த அலுவலத்திலேயே அதுபோன்ற ஒரு பீரோ சமீப காலத்தில் வந்துசேர வில்லை என்றும் உறுதியாக தெரிவித்தான்..

யாழினிக்கு தலை சுற்றியது...இது கனவா? நிஜமா? ஒருவேளை நமக்கும் உளவியில் ரீதியாக ஏதாவது பிரச்சனை இருக்குமோ? என்று சிந்திக்கவும் தொடங்கினாள்.

அப்போது, வாசலில் இருக்கும் செக்யூரிட்டி போன் செய்தான்..

என்னப்பா?

"மேடம் ஒரு கொரியர் வந்திருக்கு?"

இதுக்கு கூடவா என்னை தொந்தரவு செய்வாய்? நீயே கையெழுத்து போட்டு வாங்கி வை!.என்று, சலிப்போடு சொல்லிவிட்டு போனை துண்டிக்க போனாள்.

மேடம்!...அது ஆப்ரிக்காவில் இருந்து வந்திருக்கிறதாம். என்னிடம் கொடுக்க மாட்டார்களாம். நீங்கள்தான் வர வேண்டும்" என்றான்..

அவள் உடனே கிளம்பி வாயிலை நோக்கி ஓட்டம் பிடித்தாள்.

அவசர அவசரமாக அந்த கொரியரை வாங்கி எடுத்துக்கொண்டு பங்களாவுக்குள் நுழைந்து அந்த பார்சலை வேக வேகமாக பிரித்தாள்!.

அதில், " ஆப்ரிக்கா நாட்டின் விசாவும், அங்கிருக்கும் கேமரூன் நகருக்கு செல்லும் விமான டிக்கெட்டும், அத்தோடு, மான்ரோ காட்டு இலாகா துறையின் அனுமதிக் கடிதமும் அதில் இருந்தது!".

அதையெல்லாம் பார்த்தவள், "அப்படியே தலைச் சுற்றி கீழே விழுந்து, மூர்ச்சையானாள்!".

# அத்தியாயாம் - 19

"அவளின் செல்போன் நீண்ட நேரமாக கத்திக் கொண்டிருந்தது"..

எவ்வளவு நேரம் என்று தெரியவில்லை!...

திடிரென்று சுய நினைவுக்குள் வந்தவள், அந்த போனை எடுத்து "சொல்லுங்க டாக்டர்" என்றாள்.

மறுமுனையில் "போன காரியம் என்ன ஆயிற்று? ஏதாவது புதிய சேதி கிடைத்ததா? என்றார் பிரான்சிஸ்

ஆம்!..என்று நடந்ததை விவரித்தாள்...

"அடக் கடவுளே!"..."கிணறு தோண்ட பூதம் கிளம்பிய கதையாக அல்லவா இருக்கிறது".."நீ பதட்டம் கொள்ள வேண்டாம்.. அந்த மான்டேரா மலைத்தொடர் குறித்த மர்மத்தை, நானும் கேள்வியுற்று இருக்கிறேன். அதாவது, உங்கள் தமிழர்கள் பல கலைகளில் தேர்ச்சிபெற்ற மகா ஆத்மாக்கள்!. ஆதி உலகில், தமிழர்களே சகலவித கலைகளிலும் மேம்பட்டு இருந்து வந்துள்ளனர். அதில் ஒன்றுதான், இந்த மனோ தத்துவம். குறிப்பாக சொல்ல வேண்டும் என்றால், உலகின் முதல் மனிதன் தோன்றியதாக கருதப்படும் குமரிக் கண்டம் கடற்கோளால் அழிவுற்று சிதைந்தபோது, அங்கு வசித்த மக்கள் வடபுறம் இருந்த ஈழம் மற்றும் தமிழகத்திலும், கிழக்குபுறமாக இருந்த ஆஸ்திரேலியாவிலும், மேற்குப் புறமாக இருந்த ஆப்ரிக்காவிலும் புலம் பெயர்ந்து இருக்க வேண்டும் என்று

வரலாற்று ஆய்வு அறிஞர்கள் தெரிவிக்கிறார்கள்.. அப்படி, நாடு மாறி புலம்பெயர்ந்து சென்றவர்கள், இன்னமும் பழங்குடி மக்களாகவே, தங்களது தனித்துவத்தை மாற்றிக் கொள்ளாமல், மலையிலும், காட்டிலும் வசித்து வந்து கொண்டிருக்கின்றனர். இதனை எப்படியே அறிந்து கொண்ட உனது கணவர், அத்தகைய அற்புத சக்திகளை கொண்டிருக்கும் அவர்களை நாடிச் சென்று, அதன் மூலமாக, தனது எண்ணத்தை ஈடேற்றிக் கொள்ளலாம் என்று திட்டமிட்டு இருக்கலாம்!" என்று விவரித்தவர், சட்டென்று உஷாராகி, ஒரு நிமிடம்...ஏதோ பீரோ பற்றி சொல்லிக் கொண்டிருந்தாய் அல்லவா?

"ஆம்..டாக்டர்.."

உங்கள் பங்களாவில் ஏதாவது பேஸ்மென்ட் இருக்கிறதா?

"எனக்கு தெரிந்தவரையில் அப்படி ஒன்று இருப்பதாக தெரியவில்லை"..அதுவும் தவிர, புனரமைப்பு வேலையின் போது எனது கணவர்தான் வேலையாட்களோடு இருந்து கொண்டிருந்தார். அதைப் பற்றி எனக்கு சரியாக தெரியாது.

நான் நினைத்தது சரிதான்...அந்த பீரோ உங்கள் வீட்டுக்குள் தான் எங்கேயோ இருக்க வேண்டும். நீ உடனே..உனது கணவரின் அறைக்கு செல்..

சரி டாக்டர்.... சற்று லைனிலேயே காத்திருங்கள்...

வந்துவிட்டேன்...

அங்கே நன்றாக தேடிப் பாருங்கள்...நிச்சயம் அங்கு இரகசிய வழிக்குச் செல்லும் கதவு இருக்கலாம். இல்லாவிட்டால், ஏதாவது இரகசிய அறைக்கு செல்லும் பாதை தென்படக் கூடும்...கவனமாக தேடிப்பாருங்கள்!"

"சற்று அவகாசம் கொடுங்கள்"..நான் தேடிப் பார்த்துவிட்டு உங்களை தொடர்பு கொள்கிறேன்!"...

"நமக்கு அவகாசம் குறைவாக இருக்கிறது"...நேரம் கடத்த வேண்டாம்..சீக்கிரம் போன் செய்..

"சரிங்க டாக்டர்!"..

போனை துண்டித்த அடுத்த நொடியில் இருந்து, தமது விழிகளை கூர்தீட்டியபடி, அந்த அறையினை அங்குலம் அங்குலமாக நோட்டம் விட்டாள் யாழினி..

"அங்கு ஒன்றுமே புலப்படவில்லை!"..

உடனே டாக்டர் பிரான்சிஸ்க்கு போன் செய்தாள்

இங்கு சந்தேகம் கொள்ளும்படி ஒன்றுமே இல்லை டாக்டர்...

ஓ..அப்படியா? நீங்கள் தானே கூறினீர்கள், அவர் எப்போதும், அதிக நேரத்தை அவரது குளியலறையில் செலவிடுவார் என்று...

அந்த பதிலைக் கேட்ட யாழினிக்கு தூக்கி வாரிப்போட்டது..உடனே அவள்...டாக்டர் அது எங்கள் வீட்டில் இருக்கும் அவரின் அலுவலக அறை"...

அப்படியென்றால், உங்கள் அறையில் குளியலறை கிடையாதா?

"இருக்கிறது"..ஆனால், அவர் அதை சரியாக பயன்படுத்த மாட்டார்..

உடனே, அவரின் அலுவலக அறையாக பயன்படுத்தும் இடத்துக்கு சென்று சோதனை செய்யுங்கள்!..நிச்சயம் அங்கே நாம் தேடிக் கொண்டிருக்கும் இரகசியம் ஏதாவது அங்கே கிடைத்தே தீரும்"..என்று அவர் உறுதியாக சொன்னார்..

யாழினியும் போனை துண்டித்து விட்டு, ஆதித்யாவின் அந்த அறையை நோக்கி வேகமாக முன்னேறத் தொடங்கினாள்..

அந்த அறையில் இருந்த குளியலறையை திறந்தவள், அந்த அறையை சுற்றி தமது பெருத்த விழிகளால்கவனமாக துழாவத் தொடங்கினாள்...

"அங்கும் சந்தேகத்துக்கு இடமான வகையில் எதுவும் தோன்றவில்லை!"..

அவளுக்கு மீண்டும் குழப்பம்!..

"இங்கே என்ன இருக்கக் கூடும்"...? மீண்டும் விழிகளை கூர்தீட்டியபடி அந்த அறையை நன்றாக உற்று கவனித்தாள்.

அப்போதுதான் அது கண்ணில் பட்டது!. அந்த அறையில் இருந்த, வாஷ் பேசின் அருகே இருந்த கண்ணாடி பொருத்தியிருந்த சுவற்றின் அருகே இருந்த திரைச் சீலையை விலக்கிவிட்டு, அங்கிருந்த ஒரு கதவின் பக்கவாட்டில் தள்ளும் பிடிபோன்று இருந்த பொருளின் மீது மீது பார்வையை கொண்டுபோய் நிலைக்க விட்டாள்.

பிறகு, அதைப்பிடித்து பக்கவாட்டில் இழுத்தாள். அது விலகியதும் அங்கே ஒரு மரக்கதவு தென்பட்டது. அதை திறந்தபோது, கீழே நிலவறைக்கு செல்லும் படிகள் தென்பட்டது.

உடனே, கையில் டார்ச் லைட்டை எடுத்து அடித்தபடி அந்த படியினில் கவனமாக கீழே இறங்கத் தொடங்கினாள் யாழினி..

# அத்தியாயம் - 20

"புதிதாக இடம் வாங்கி அதில் நமது விருப்பத்துக்கு ஏற்ப வீட்டினை கட்டிக்கொள்ளலாம் என்று கூறியபோது, வேண்டாம், பழைய ஜமீன் பங்களா ஒன்று மீனம்பாக்கம் விமான நிலையம் அருகே விலைக்கு வருகிறது. அதனை வாங்கி புதுப்பித்துக் கொள்ளலாம் என்று ஆதித்யா கூறியதற்கு மறுப்பு ஏதும் சொல்லாமல் ஒப்புக் கொண்டிருந்தாள் யாழினி...

அந்த பங்களாவை வாங்கி முடித்து புனரமைப்பு வேலைகள் நடந்து கொண்டிருந்த போது கூட, அவள் ஆதித்யாவின் விருப்பத்துக்கு குறுக்கே நிற்கவில்லை. அவரது எண்ணப்படி எப்படி வேண்டுமானாலும் செய்து கொள்ளட்டும் என்றும் விட்டிருந்தாள் யாழினி".

ஆனால், அது எவ்வளவு பெரிய தவறு என்பதை தற்போது புரிந்து கொள்ளத் துவங்கினாள்.

கடந்த ஏழு ஆண்டுகளாக, அதே பங்களாவில் வசித்து வந்தும், "இப்படி ஒரு இரகசிய நிலவறை இருப்பதை, நாம் எப்படி கண்டு கொள்ளாமல் இருந்துவிட்டோம்" என்று நினைத்து மிகவும் வேதனை கொண்டாள்.

அத்தோடு, "அங்கிருந்த யானைத் தந்தம், மான் கொம்புகள், பழைய போர்க்கருவிகள், வேட்டைத் துப்பாக்கிகள்" என அனைத்தையும் பார்த்து ஒருவித பயம் அவளை பற்றிக்கொண்டது. கூடவே, "இங்கிருந்த பழைய

பொருள்களை எல்லாம் விற்றுவிட்டதாக ஆதித்யா கூறியிருந்ததும் அவளுக்கு நினைவில் வந்து போனது!"

"அவளுக்கு ஒன்று மட்டும் விளங்கவில்லை!..ஏன் இந்த அறைக்கு மட்டும் மின்சார வசதி செய்யவில்லை? என்று யோசித்தபடியே கும்மிருட்டு சூழ்ந்திருந்த அந்த அறையைச் சுற்றி டார்ச் லைட்டை அடித்து, ஒரு முறை நோட்டம் விட்டவள் அந்த பீரோ இங்குதான் எங்கேயாவது இருக்க வேண்டும் என்று அதனை தேடத் தொடங்கினாள்!".

அப்போது அவளது செல்போன் சிணுங்கியது!

அது அந்த அமைதியான நிலவறையில் இருந்தவளை அந்த சப்தம் பயம் கொள்ளச் செய்தது.

ஹலோ...யாருங்க?

ஹாய்...யாழினி நான் டாக்டர் நீலகண்டன் சாரோட உதவி மருத்துவர் ஷாலினி..உங்கள மீட் பண்ணி உங்களுக்கு உதவி செய்ய, டாக்டர் அனுப்பி வச்சி இருக்காரு!...."நான் இப்போ உங்க வீட்டு கேட் முன்பாகத்தான் நிற்கிறேன்" என்று சொன்னாள்..

ஷாலினியின் குரலைக் கேட்டு சாந்தம் கொண்டவள், "ஓ..நீங்களா?" இதோ வருகிறேன்..என்று சொல்லிவிட்டு அங்கிருந்து வேகமாக கிளம்பியவள், வாசலுக்கு சென்று அவளை அழைத்துக்கொண்டு மீண்டும் பங்களாவிற்குள் வந்து இருவரும் அந்த நிலவறைக்கு வந்து சேர்ந்து அந்த பீரோவை தேடினர்..

அப்போது, யாழினியின் செல்போனுக்கு மித்ரன் போனில் இருந்து ஒரு மெசேஜ் வந்தது!..

அதில் "நீ ஆபத்தில் இருக்கிறாய்..டாக்டர் ஷாலினியை நம்ப வேண்டாம். கவனத்தோடு செயல்படு!" என்று இருந்தது.

உடனே உஷாரான யாழினி, டாக்டர் நீலகண்டனுக்கு போன் செய்தாள் அவர் போனை எடுக்கவில்லை அதனால், டாக்டர் பிரான்சிஸ்க்கு போன் செய்து "விஷாலினி எனது வீட்டுக்கு வந்திருக்கிறார்! என்றாள்..

அதற்கு அவர், "யாரிடமும் எச்சரிக்கையாக இருப்பதில் தவறில்லை!" என்று மட்டும் சொல்லிவிட்டு, அவரும் போனை துண்டித்து விட்டார்!"..

# அத்தியாயம் - 21

"தன்னிடம் பாண்டிச்சேரிக்கு அவளது கணவரை அழைத்துக் கொண்டு காரில் சென்று சேர்ந்தபோது டாக்டர் பிரான்சிஸ் அவளுக்கு சொன்ன முதல் அறிவுரையே "யாரையும் முழுதாக நம்ப வேண்டாம். உனது கணவர் மிகவும் புத்திசாலியாக இருக்கிறார். அத்தோடு, தமது நோக்கத்தை நிறைவேற்ற எந்த எல்லைக்கும் செல்ல தயாராக இருந்து கொண்டிருக்கிறார்!. அதனால், அவர் யாரை வேண்டுமானாலும் தமது வசப்படுத்தி வைத்து இருக்கக்கூடும்" இன்னும் சொல்லப் போனால் என்னைக் கூட முழுதாக நம்ப வேண்டாம்" என்று தெரிவித்து எச்சரிக்கை செய்து இருந்தது அவளின் மனக்கண் முன்பாக வந்து போனது"

மித்ரன் அண்ணா..மிருணாளினி, இப்படி அவரோடு அடிக்கடி நெருங்கிய தொடர்பில் இருப்பவர்களை வசப்படுத்தி வைத்து இருப்பது சாத்தியம்தான், ஆனால், இப்படி சிகிச்சை பெற்று வரும் கிளினிக்கில் இருக்கும், உதவி டாக்டரையே வசப்படுத்தி வைத்து இருப்பார் என்று யாழினி கனவிலும் நினைத்துப் பார்க்கவில்லை!... எதனால், அவர் இப்படி செய்திருக்கக் கூடும்? என்ற எண்ணம் அவளை வெகுவாக குழப்பியது"

டாக்டரிடமா பேசினீர்கள்?

ஆம்..

என்ன சொன்னார்...

ஒன்றுமில்லை..வழக்கமான போன் கால் தான்... விசேஷம் எதுவுமில்லை..என்று சொல்லிவிட்டு அந்த இருட்டு அறையில் பீரோவை தேடும் வேலையில் மும்முரம் காட்டினாள் யாழினி..

அப்போது, டாக்டர் விஷாலினி, அங்கிருந்த ஒரு சாய்வு நாற்காலியில் உட்கார்ந்து ஆடத் தொடங்கினாள். அப்படியே யாழினியை நோக்கி "இங்கே இருக்கும் பழைமை வாய்ந்த பொருள்களையும், தர்பார் போன்ற இந்த அறையின் தோற்றத்தையும் பார்த்தால், உங்கள் கணவர் கொடுத்து வைத்தவர். ஒரு மகா ராசாவைப் போல கற்பனை செய்துகொண்டு, அடிக்கடி இங்கே நேரத்தை செலவிட்டு உல்லாசமாக வாழ்ந்து வந்திருக்கிறார் போல" என்று சொல்லிவிட்டு "கலகல"வென சிரிக்கத் தொடங்கினாள்.

அவளின் சிரிப்பலை, "அந்த அறை முழுக்க எதிரொலித்து, ஒருவித பயங்கரத்தை உண்டு பண்ணிக் கொண்டிருந்தது!".

அப்போது யாழினி, "போதும்! இதற்குமேல் எதுவும் பேச வேண்டாம். தேவையில்லாமல் இப்படி பேசுவதை நிறுத்திக் கொள்ளுங்கள் டாக்டர். வாருங்கள் வந்த வேலையைப் பார்ப்போம். முதலில் அந்த பீரோ எங்கே இருக்கிறது என்று கண்டுபிடிப்போம்" என்று கண்டிப்பு காட்டினாள்...

அதற்கு விஷாலினி "அவசியமில்லை!...அதோ அங்கே இருக்கிறது பாருங்கள் என்று தனது விரலை நீட்டியபடி அந்த அறையின் கிழக்குப் புற திசையை நோக்கி சுட்டிக் காட்டினாள்..

அங்கே, அந்த பீரோ சுவற்றினை ஒட்டியபடி சாய்த்து நிற்கவைக்கப்பட்டு இருந்தது!. உடனே, அவசர அவசரமாக

அந்த பீரோவை நோக்கி ஓடியவள், அதன் பிடியை இழுத்து திறக்க முற்பட்டாள்.

"அது பூட்டியிருந்தது!"...

அந்த வேளையில் "குடிக்க தண்ணீர் கிடைக்குமா? என்று கேட்டாள் விஷாலினி

"இவள் வேறு, பதட்டம் புரியாமல் தொந்தரவு செய்கிறாளே! என்று சலிப்பு கொண்டவள், அப்போதுதான் மித்ரன் அனுப்பிய மெசெஜ்-ஐ நினைவு கூர்ந்தாள்.இதுவும் நல்லதற்குத்தான் என்று நினைத்தவள், "நான் மேலே சென்று தண்ணீர் கொண்டு வருகிறேன். அதுவரை, "பீரோவின் சாவி எங்காவது இருக்கிறதா என்று தேடி வையுங்கள்" என்று சொல்லிவிட்டு விருட்டென்று அங்கிருந்த படியில் ஏறி மேலே வந்தாள்.

"அப்படி வந்த கையேடு மித்ரனுக்கு போன் போட்டாள்

"சொல்லுமா யாழினி!...

அண்ணா நீங்க மெசேஜ் அனுப்பி இருந்தீங்க...ஏன் அப்படி அனுப்பி இருந்தீங்க?

"எல்லாவற்றையும் விளக்கமாக சொல்கிறேன்".. அதற்கு முன்பாக, டாக்டர் விஷாலினி உனக்கு போன் செய்தாளா? அவளிடம் கொஞ்சம் எச்சரிக்கையாக இருக்க வேண்டும்"...

அண்ணா! "டாக்டர் விஷாலினி இப்போது எனது வீட்டில்தான் இருக்கிறாள்" என்று அவள் வந்த விவரத்தையும், அந்த நிலவறை குறித்தும் அவனிடம் தெரிவித்தாள்.

"அடக் கடவுளே!"...ஆதித்யா நம்மை எல்லாம் நம்ப வைத்து முட்டாள் ஆக்கி இருக்கிறான்.

"என்ன சொல்கிறீர்கள் அண்ணா?"

இரண்டு நாளைக்கு முன்பாக, டாக்டர் நீலகண்டன் உதவியாளர் விஷாலினி என்னை சந்திக்க மருத்துவமனைக்கு வந்தபோது, என்னிடம் ஆதித்யா குறித்து சில விவரங்களை கேட்டறிந்தாள். அப்போது, இறுதியாக அவள் கேட்ட ஒரு கேள்வி என்னை திக்குமுக்காட வைத்து விட்டது.

அப்படி என்ன கேட்டாள்?

"இந்திய - பர்மா எல்லையான மணிப்பூர் மாநிலத்தின் குட்டித் தமிழ்நாடு என்று அழைக்கும் "மோரே" என்ற நகருக்கு சமீபத்தில் நீங்கள் இருவரும் சுற்றுலா சென்றிருந்தபோது, ஆதித்யாவிடம் இருந்து ஏதேனும் வித்தியாசத்தை கண்டீர்களா? என்ற கேள்விதான் அது!"

நீங்கள் சொல்வது புரியவில்லை அண்ணா?

"அது, ஒன்றும் இல்லை யாழினி!... "உனக்கே நன்றாக தெரியும் ஆதித்யாவுக்கு தமிழ் மீதும், தமிழ் உணர்வின் மீதும் இருக்கும் பற்றும் பாசமும". அதனால், அவன் அடிக்கடி உலகெங்கும் வாழும் தமிழ் மக்கள் வசிக்கும் நாடுகளுக்கு அடிக்கடி பயணம் மேற்கொள்வான். நானும் உடன் செல்வேன். உன்னிடம், அடிக்கடி வியாபர ரீதியாக மலேசியா, சிங்கப்பூர், மற்றும் ஹாங்காங் செல்வதாக மட்டும் சொல்லி வைத்து இருந்தோம். ஆனால், "அதில் அவன் தேடும் உள்நோக்கம் இருக்கிறது" என்பதன் அர்த்தம் எனக்கு அப்போது விளங்கவில்லை. "நமது முன்னோடி தமிழர்களுக்கு "வாழ்வின் இரகசியம்" என்பதன் அர்த்தமும், அதில் விளையும் பிரச்சனை குறித்த நிவர்த்தியும் நன்றாக தெரியும்!". அதனால், "உலகில் வசித்து வரும் எந்த தமிழ்க்குடி குழுவாவது அவனது பிரச்சணைக்கு ஒரு தீர்வு தர மாட்டார்களா" என்று அவன் தேடி அலைந்து இருக்கிறான். அது, "எனது அறிவுக்கு கொஞ்சம் கூட எட்டவில்லை"...அன்று மோரே நகரத்துக்கு

சென்ற போது, அங்கே ஒருவர் கூறியபோதுதான் எனக்கே அந்த உண்மை புரிந்தது..

அது சரி!..." இத்தனை இடங்களுக்கு, அவரோடு உடன் சென்று வந்திருக்கும்போது, அந்த மோரே நகரத்து விஷயத்தை மட்டும் ஏன் உங்களிடம் விஷாலினி வினவ வேண்டும்?

"அதற்கு காரணம் இருக்கிறது"...

என்ன காரணம்?

"அன்றே, "உனது கணவன் அந்த மோரே நகரத்தில் இறந்து இருக்க வேண்டும்!..எனது தலையீட்டால் தான் அவன் உயிர் பிழைத்தான்.

என்ன சொல்கிறீர்கள் அண்ணா..?

"ஆம்".. அதிர்ச்சி கொள்ள வேண்டாம்!..நமது தமிழ்ச் சமூகம், எப்போதும் பழமையில் ஊறிய, பல இரகசிய சக்திகளை தன்னகத்தே உள்ளடக்கிய, தொன்று தொட்ட மர்ம வரலாற்றுப் பின்னணியைக் கொண்டது!. அதனால், அந்த மோரே நகரத்தில் இருந்த, ஒரு காட்டுக் கிராமத்துக் கோவிலில் அவன் தனது உயிரையே விடத் துணிந்து, அவனது கனவில் சேர்வதற்காக, ஒரு விஷேச பூஜையில் பங்குபெற சம்மதம் தெரிவித்து இருக்கிறான்.. அங்கிருந்த நாட்டுக்கொட்டை கட்டையன் செட்டியார் அண்ணன்தான், என்னிடம் இதை தெரிவித்து அவனுக்கு அறிவுரை கூறி, தமிழகத்துக்கு பத்திரமாக அழைத்துச் செல்ல ஆலோசனை சொன்னார்!.

அடக் கடவுளே!...இதெல்லாம் உண்மைதானா?

ஆம்!.."அவன் தனிமையில் இருக்கும்போது, கொடிய மிருகத்தைவிட மூர்க்கம் கொள்கிறான். நம்மோடு இருக்கும்போது சாதுவைப்போல நடிக்கிறான்!"..

பிறகு என்ன ஆயிற்று?

நான் பதறியடித்து, அந்த கோவிலுக்கு சென்றபோது, அங்கே அந்த செட்டியார் அண்ணன் கூறியதுபோல, எந்த வித்தியாசத்தையும் நான் காணவில்லை! அங்கே ஆதித்யா மட்டும் இருந்தான். அவன், இயல்பாக, அந்த கோவிலின் கருவறையில் இருந்த காளி தேவதையை வணங்கிக் கொண்டிருந்தான்...அங்கு எந்தவித பூஜை பரிகாரம் செய்வதற்கு உண்டான அறிகுறியோ, மற்றவகையில் சந்தேகம் ஏற்படுத்தும் எந்தவித சூழ்நிலையோ எனக்கு புலப்படவில்லை..

இது எப்படி சாத்தியம்?

அதுதான் எனக்கும் புரியவில்லை! ..”அத்தோடு, இதுகுறித்து நான் அவனிடமோ...ஏன் உன்னிடம் கூட அதைப்பற்றி வாய் திறக்கவில்லை...பிறகு, எங்கள் இருவருக்கு மட்டும் தெரிந்திருந்த அந்த சம்பவம், அந்த டாக்டர் ஷாலினுக்கு மட்டும் எப்படி இந்த விஷயம் தெரிந்தது?

நீங்கள் கூறுவதும் சரிதான்!

அதனால்தான், ”நான் டாக்டர் ஷாலினியை சந்தேகிக்கிறேன்!”...

இப்போது என்ன செய்வது அண்ணா?

”உனக்கு எதுவும் தெரிந்த மாதிரி, அவளிடம் கட்டிக்கொள்ளதே!..”அவளோடு இயல்பாக இரு”...ஆனால், ஒன்றை மட்டும் நினைவில் கொள்..அவள் உனது வீட்டிற்கு வந்திருக்கிறாள் என்றால், நிச்சயம், அதன் பின்னால் ஆதித்யா திட்டம் எதுவோ இருக்க வேண்டும்!. உனது வீட்டிற்கு, ”அவள் எதைத் தேடி அங்கு வந்தாள்” என்று என்னால் யூகிக்க முடியவில்லை..ஆனால், அவள்

போகும்போது எதையும் கொண்டு செல்லக் கூடாது.. கவனமாக இரு!..

"சரி..அண்ணா!".. நான் வெகு நேரம் இங்கே இருந்தால். என்மீது அவளுக்கு சந்தேகம் வரக்கூடும், இல்லையென்றால் அவளே புறப்பட்டு மேலே வரக்கூடும்.. நான் செல்கிறேன்..

"சரி"..நான் சொன்னது மட்டும் எப்போதும் நினைவில் இருக்கட்டும்..

சரிங்க அண்ணா...

அடுத்த சில நிமிடங்களில், அவள் தண்ணீர் கேனை எடுத்துக் கொண்டு அந்த படியின் வழியே கீழே இறங்கினாள்..

அவள் வருகையை கவனித்த விஷாலினி, "என்ன மேடம்!...தவித்த வாய்க்கு தண்ணீர் கேட்டால், இவ்வளவு தாமதமாக வருகிறீர்களே? என்று கேட்டாள்..

"அது ஒன்றுமில்லை"..டாக்டர் நீலகண்டன் எனக்கு போன் செய்து சில விவரங்களை கேட்டுக் கொண்டிருந்தார். அவரோடு பேசிவிட்டு வருவதற்கு சற்று தாமதம் ஆகிவிட்டது!..என்று சொல்லிவிட்டு கையில் வைத்திருந்த தண்ணீர் பாட்டிலை அவளிடம் நீட்டினாள்..

என்ன சொல்கிறீர்கள்? டாக்டர் நீலகண்டன் உங்களுக்கு போன் செய்தாரா?

ஆம்..அவரோடுதான் இவ்வளவு நேரம் பேசிக் கொண்டிருந்தேன்..

என்னைப்பற்றி ஏதாவது கேட்டாரா?

கேட்டார்!.."அதற்கு நான் நீங்கள் என்னோடு எனது பங்களாவில் இருப்பதாக தெரிவித்தேன்" என்று சொன்னாள் யாழினி...

வேறு ஏதாவது என்னைப் பற்றி சொன்னாரா?

இல்லை...

"சரி"...என்று சொல்லிமுடித்த விஷாலினியின் கழுகுக் கண்கள் யாழினியை ஏறிட்டு சந்தேக சாயலோடு, சில வினாடிகள் மேயத் தொடங்கின..

அடுத்த கணம், நீங்கள் தேடிய அந்த பீரோவின் சாவி!.. இதனை வெகு சிரமப்பட்டு கண்டுபிடித்து இருக்கிறேன் என்று சொல்லியபடி, அதனை யாழினியின் கையில் வைத்து திணித்தாள் ஷாலினி..

அதனை வாங்கியவள், அவசர கதியில் அந்த பீரோவை திறந்தாள்...

அங்கே, அந்த பீரோவுக்குள் ஒரு சிறிய குடித்தனமே நடத்தும் அளவுக்கும் பெரிய அளவில் இடம் இருந்தது.. ஆனால், அது வெறுமையாக காட்சியளித்தது!.... "அதற்குள் ஒன்றுமே இல்லை"..

யாழினி அதிர்ச்சி கொண்டாள்..

அதே வேளையில், மங்கலான வெளிச்சத்தில், அந்த பீரோவின் கண்ணாடி பிம்பத்தில் தெரிந்த விஷாலினி, எதையோ சாதித்துவிட்டோம் என்ற திமிர் சிரிப்பை உதிர்த்துக் கொண்டிருந்தாள். அதனை யாழினியும் கவனிக்கத் தவறவில்லை...

# அத்தியாயம் - 22

"நாம் இப்போது ஆபத்தில் இருந்து கொண்டிருக்கிறோம்".. நாம் கவனமாக இல்லாவிட்டால் நமது உயிர் நமக்கு சொந்தமில்லை".இதெப்படி சத்தியம்? என்னால் என் கண்களையே நம்ப முடியவில்லை" என்று அதிர்ச்சியோடு சொன்னார் டாக்டர் பிரான்சிஸ்

என்ன சொல்கிறீர்கள் டாக்டர்? ஏதும் பிரச்சனையா?

ஆம்..இந்த சி.சி.டிவி காட்சியை பாருங்கள்...

"இது ஆதித்யாவை வைத்திருக்கும் அறைபோல தோன்றுகிறதே"..

ஆம்..அதுவே தான்...

அந்த அறையில் சிசி டிவி இருப்பது போல எனக்கு தெரியவில்லையே..

"உண்மைதான்", இந்த பண்ணை பங்களாவில், நானும் எனது வயதான மனைவியும் மட்டும் வசிப்பதால், இங்கே நிறைய இரகசிய சி.சி டிவியை பொருத்தி வைத்து இருக்கிறேன்...

நல்லது..பாதுகாப்புக்கு அதெல்லாம் தேவையாயிற்றே.. சரி..என்ன பிரச்சனை..?

அதை நீங்களே பாருங்கள்...

அந்த வீடியோ சில வினாடிகள் ஓடிக் கொண்டிருந்தது!.. பிறகு, "ஒரு கட்டத்தில் நன்றாக மயக்க நிலையில்

பெட்டில் படுத்துக் கிடக்கும் ஆதித்யா, திடிரென்று எழுந்து நடமாடியபடி, யாருக்கோ போன் செய்துவிட்டு மீண்டும் அவன் படுக்கையில் படுக்கும் காட்சி பதிவாகி இருந்தது!"..

அதனைப் பார்த்த நீலகண்டன் அதிர்ச்சியுற்று திகைப்பின் உச்சிக்கு சென்றார்...

இது...இது எப்படி சாத்தியம்? அப்படியென்றால் நாம் ஆதித்யாவுக்கு செலுத்திய மருந்துகள் எதுவும் வேலை செய்யவில்லையா?

அதுதான் எனக்கும் வியப்பாக இருக்கிறது? சரி.. ஆதித்யாவுக்கு செலுத்தும் மருந்தை யார் வாங்கி வந்தது?

"எனது உதவியாளர் விஷாலினிதான். ஏன் டாக்டர்? இப்போதுஎன்னசெய்வது?உடனடியாக,நாம் ஆதித்யாவுக்கு அதிக டோஸ் மருந்து அவரை நினைவிழக்க வைத்து, தேவைப்பட்டால், கை மற்றும் காலுக்கு விலங்கிட்டு, மனநிலை பாதிக்கப்பட்டவர்கர்களின் உக்கிரத்தை கட்டுபடுத்தும் மருந்து செலுத்தினால் என்ன? என்று கேட்டார் நீலகண்டன்

"வேண்டாம்..அது அபாயகரமானது...ஆதித்யா ஒன்றும் மனநிலை பாதிக்கப்பட்ட நோயாளி அல்ல...அதுவும் தவிர, ஒரு சாதாரண மனநிலை கொண்ட மனிதருக்கு, அத்தகைய தீவிர மருந்தினை செலுத்தினால் அதன் விளைவு கடுமையாக இருக்கும். அத்தோடு, அந்த திடிர் மருந்தின் தாக்கம் இதயத் துடிப்பை அதிகரிக்கச் செய்து, மூளையின் நரம்பை பாதித்து, அது அவரின் உயிருக்கே உலையாக அமையக் கூடும்...என்றார் பிரான்சிஸ்

வேறு என்ன தான் செய்வது டாக்டர்...?

அதுதான் எனக்கும் யோசனையாக இருக்கிறது. ஆனால், ஒன்று மட்டும் எனக்குப் புரிகிறது..அதைப்பற்றி

நாம் பிறகு விவாதிப்போம். ஆதித்யா நம்மிடம் உண்மையை கூறினால் ஒழிய, நம்மால் அவருக்கு உரிய சிகிச்சை அளிக்க இயலாது. இப்போது நாம் அளித்துக் கொண்டிருக்கும் சிகிச்சை எல்லாம், வெறும் சம்பிரதாயத்துக்கு மட்டும் தான்"..என்று சொல்லி முடித்தவரின் விழிப்பார்வை அந்த அறையை சுற்றி அடிக்கடி சுற்றி சுற்றி பார்ப்பதும், அவர்கள் இருந்து கொண்டிருந்த அறையின் கதவினை நோக்கியும் இருப்பதை டாக்டர் நீலகண்டன் கவனித்தார்..

"டாக்டர்..நான் ஒன்று உங்களிடம் தனிப்பட்ட முறையில் கேட்கலாமா?

தாராளமாக...

நாம் இப்போது ஆபத்தில் இருந்து கொண்டிருக்கிறோமா?

ஏன் அப்படி வினவுகிறீர்கள்?

"தாங்களின் மனோதத்துவ நோயாளிகளை கையாளும் விதம் குறித்தும், அதில் ஈடுபட்டுள்ள உங்களின் சேவைக்காக தங்களின் அரும்பாடுக்கு பெருமை சேர்க்கும் விதமாகவும், கௌரவிக்கும் விதமாகவும் உங்களின் பெயர் நோபல் பரிந்துரை குழுவில் முதன்மையில் இருப்பதையும் நான் நன்கறிவேன்".. அத்தகைய வல்லமை மற்றும் அனுபவம் வாய்ந்த தாங்கள், இந்த ஆதித்யா நோயாளி வழக்கில் அதிகம் தடுமாற்றம் கொண்டிருப்பதை நான் கண் கூடாக காண்கிறேன்..ஏதும் பிரச்சனையா? அல்லது நிம்மதியாக ஓய்வெடுத்துக் கொண்டிருந்த உங்களை, நான்தான் தேவையில்லாமல் தொந்தரவு செய்து விட்டேனா?

"நிச்சயமாக, நான் அப்படி தவறுதலாக எடுத்துக் கொள்ளவில்லை"

"சரி"..நாம் ஏன் தேவையில்லாமல், நமது வேலையை விட்டுவிட்டு இவனுக்காக சிரத்தை எடுத்துக்கொள்ள வேண்டும்? இவன் இல்லை என்றால் நமக்கு ஆயிரம் நோயாளிகள் இருக்கிறார்கள்..பேசாமல் இந்த பைலை குளோஸ் செய்துவிட்டு நாம் ஏன் அடுத்த வேலையை பார்க்கக் கூடாது?

அங்குதான் நீங்கள் தவறு செய்கிறீர்கள். இது போன்று பிரச்சனையில் இருந்து கொண்டிருப்பவர்கள் தங்களுக்கு நம்பிக்கையான ஒருவரை தேடுவதும் நாடுவதும் இயல்பான ஒன்றுதான்!..

அவர் எப்படி உண்மையை கூறுவார் என்று எதிர் பார்க்க முடியும்?

"உங்கள் சந்தேகங்களை நான் நிவர்த்தி செய்யலாமா? என்று கேட்டுக்கொண்டே அவர்கள் விவாதித்துக் கொண்டிருந்த அறைக்குள் நுழைந்தான் ஆதித்யா..

இருவரும் தமது இருக்கையில் இருந்து எழுந்து நின்ற வண்ணம் அதிர்ச்சியில் உறைந்து நின்றனர்.

# அத்தியாயம் - 23

◆❦◆

"ஆதித்யா திடீர் திப்பென்று அங்கு நுழைவான்" என்று முன்னமே இருவரும் எதிர்பார்த்து இருந்தார்கள் என்றாலும், அவன் நுழைந்த அடுத்த கணம் இருவரும் பீதியில் உறையவே செய்தனர்..

ஆனால், ஆதித்யாவோ நேராக அவர்கள் உட்கார்ந்து கொண்டிருந்த மேசைக்கு எதிரே இருந்த நாற்காலியில் வந்து அமர்ந்தபடி "என்னை மன்னித்துடுவிடுங்கள் டாக்டர் பிரான்சிஸ்!.....நீங்கள் பேசிக்கொண்டிருந்த அனைத்தையும் நான் கேட்டுக் கொண்டுதான் இருந்தேன். நீங்கள் என்னைப் புரிந்து கொண்டது போல, வேறு யாரும் என்னை சரியாக புரிந்து கொள்ள வில்லை..அதனால்தான், இத்தகைய இக்கட்டான சூழ்நிலை உருவாகிவிட்டது!. நான் தவறினை இழைத்து விட்டேன்!....என்று பவ்யமாக சொன்னான்..

"ஓ"..நீங்கள் தொட்டு தாலி கட்டிய மனைவியை கொல்லத் துணிவது?, உங்கள் உயிருக்கு உயிரான சிநேகிதனை கொல்ல முயன்றது? இதெல்லாம் நீங்கள் இழைத்த சாதாரண தவறுகள்..அப்படித்தானே?

"நான் எனது செயலை நியாயப்படுத்த விரும்பவில்லை"..அதே வேளையில், "யாரும் எனது கனவின் நிலைப்பாடு மற்றும் எனது உணர்வுகளை சரியாக புரிந்து கொள்ளவில்லை..ஏன்..யாரும் புரிந்துகொள்ளக் கூட முன்வரவில்லை!...

"இது, எல்லோரின் பிரச்சனை இல்லை!"..உங்களைப் போல இதுபோன்ற மூடத்தனமான கனவுகளை கண்டதாக யாரும் கூறியதில்லை...ஒருவேளை, அவர்கள் அத்தகைய கனவினை கண்டு இருந்தாலும், யாரும் அதற்காக உங்களைப்போல, அதையெல்லாம் உண்மை என்று ஆணித்தரமாக நம்பிக்கொண்டு இப்படி வாழ்க்கையை பாழாக்கிக் கொள்வதில்லை!"...

டாக்டர்? அப்படியென்றால், எனது உணர்வுகள் போலியா? அதில் நான் காணும், நம்பும் நிதர்சனம் பிழையா? தயவு செய்து அப்படி கூறுவதை நிறுத்திக் கொள்ளுங்கள். இல்லையென்றால்?..என்று கோபம் கொண்டான் ஆதித்யா

இல்லையென்றால்....என்ன?...என்னை என்ன செய்து விடுவீர்கள்? அதிகபட்சம் எங்களை கொலை செய்து விடுவீர்கள், அவ்வளவுதானே? அதைப்பற்றி எனக்கு துளியளவும் கவலையில்லை...

"மன்னிக்க வேண்டும் டாக்டர்!".."எனது உணர்வுகள் என்னிடம் பொய் கூறவில்லை...அதனை யார் உதாசீனம் செய்தாலும், அவர்கள் மீது எனக்கு திடீர் கோபத்தை உண்டாக்கிவிடுகிறது!"...

"இனிமேல் என்னிடம் வீணாக எதையும் பேசி நேரம் கடத்த வேண்டாம்? நான் உங்களுக்கு உதவ ஒப்புக் கொண்டதுதான் எனது பிழை...என்னிடம் விவாதிக்க எதுவும் இல்லை..அவர்தானே உங்கள் குடும்ப மருத்துவர், உறவினர், அதனால் நீங்கள் அவரிடமே எதையும் தெரிவியுங்கள்..நீங்கள் இருவரும், இக்கணமே, எனது பண்ணை வீட்டில் இருந்து வெளியேறுங்கள்" என்று கோவம் காண்பித்தார் டாக்டர் பிரான்சிஸ்.

"இல்லை".. டாக்டர்!.. எனது பிரச்சனைக்கு இவர்களால் எந்த தீர்வையும் கொடுக்க முடியாது..ஒருவேளை, அவர்கள் அப்படி கொடுத்து இருந்தால், இந்நேரம் ஐம்பது கொலைகளை தடுத்து நிறுத்தி இருக்கலாமே?..என்று சொல்லிவிட்டு இருக்கையில் இருந்து எழுந்து நின்றான் ஆதித்யா..

என்ன சொல்கிறீர்கள்? ஐம்பது கொலைகளா? யார் செய்தது? நீங்களா? என்று கேட்ட டாக்டரின் விழிகள் இப்போது பயத்தோடு ஆதித்யாவை ஏறிட்டுக் கொண்டிருந்தது. அவரது உடல் அவரை அறியாமல் நடுக்கம் கண்டிருந்தது. இருவரும் சட்டென்று அவரவர் இருக்கையில் இருந்து எழுந்து நிற்கவும் செய்தனர்..

"ஆமாம்..டாக்டர்!"..நான் மற்றவர்களைப்போல, செய்த தவறை ஒரு போதும் அடுத்தவர்கள் மீது சுமத்தி, கடந்துசென்று அடுத்த கதையை தேடுபவன் நான் அல்ல"...என்று சொல்லிக்கொண்டே டாக்டர் பிரான்சிசை அணுகினான் ஆதித்யா

இரண்டடி நகர்ந்து பின்னே நகர்ந்தவர், "பிறகு, எதற்காக இத்தனை கொலைகள்? இதெல்லாம் மாபாதகம் இல்லையா?" என்று நடுங்கிய விழிகளோடு கேட்டார் பிரான்சிஸ்

"நான் கொஞ்சம் சிரித்துக் கொள்ள நேரிடும்"... என்று சொல்லிவிட்டு வாய்விட்டு நன்றாக சிரித்த ஆதித்யா, பிறகு, நான் எனது கதையை சொல்லுகிறேன்..பிறகு, எனது சூழ்நிலை உங்களுக்கு புரியக்கூடும் ...

ஓகே...சொல்லுங்கள்....

"நான் தவறு செய்யாத யாரையும் வீணாக கொலை செய்யவில்லை!

அவர்கள் செய்தது தவறே என்றாலும், ஒருவரின் உயிரை எடுக்கும் உரிமை படைத்த, அந்த இறைவனைத் தவிர வேறு யாருக்கும் கிடையாது!...நீங்கள் செய்தது மாபெரும் மன்னிக்க முடியாத குற்றம்!"...

"இருந்துவிட்டு போகட்டும்"...இறந்துபோன அந்த ஐம்பது பேரும், எனது மனசாட்சி மன்றப்படி குற்றம் செய்தவர்கள், அதனால் அவர்கள் அடையவேண்டிய மரண தண்டனையை நான் நிறைவேற்றி முடித்து இருக்கிறேன்...

"இல்லை"..."இல்லை"..நீங்கள் அதற்கு எத்தகைய விளக்கம் கொடுத்தாலும் அது ஏற்புடையதாகாது..

முதலில் நான் எனது தரப்பு நியாயத்தை கூறுகிறேன்... பிறகு நீங்களே முடிவு செய்யுங்கள்..

"சொல்லுங்கள்!"....

"ஒருவரின் பிரச்சனையை தீர்த்து வைக்கும் இடத்தில் இருந்து கொண்டிருப்பவர்கள், நியாயவாதிகளாக இருக்க வேண்டும். அதிலும் மருத்துவர்கள், வழக்கறிஞர்கள் போன்றவர்கள் தங்களது நிலைப்பாட்டில் உறுதியாக இருக்க வேண்டும்!. பணம், செல்வாக்கு, கவனக்குறைவு போன்ற எதற்காகவும் அவர்கள் நீதியின் பக்கத்தில் நிற்பதில் இருந்து ஒருபோதும், மறுபுறம் சாயக்கூடாது. மக்கள் அவர்களை நம்பித்தானே தங்களது பிரச்சனையை கொண்டு சென்று நியாயம் தேடுகிறார்கள்".

"ஆமாம்..உண்மைதான்!...

ஒருவேளை, "அவர்கள் தங்களது நிலைப்பாட்டில் இருந்து, முறை தவறி தவறிழைத்தால்?

அது குற்றம் தான்? ஆனால், அதற்காக அவர்களை தண்டிக்க சட்டம் இருக்கிறது...இதற்கெல்லாம் கொலை

செய்வதாக இருந்தால், நாட்டில் ஒரு வக்கீலும், டாக்டரும் உயிரோடு இருக்க மாட்டார்கள்....

உங்கள் சட்டம் என்ன செய்யும்? சாட்சிகள் சரியில்லை என்றும், ஆதாரம் போதவில்லை என்றும் அவர்களை விடுவித்துவிடும்...அப்படித்தானே...?

"எல்லா வழக்கிலும் அப்படி நடக்கும் என்று பொத்தாம் பொதுவாக சொல்லிவிட முடியாது!...அதுபோல, "நீங்கள் கூறுவதும் பொய் என்று மறுப்பதற்கு இல்லை"..

ஆக, "பணபலமும் செல்வாக்கும் இருந்தால், எத்தகைய கொடிய குற்றம் செய்தாலும், சட்டத்தின் பிடியில் இருந்து வெளியே வந்துவிடலாம்". இந்த சட்டத்தின் கடுமை எல்லாம், அவர்களைப் போன்ற செல்வந்தர்களுக்கு ஒரு கண்துடைப்பு..ஆனால், அதுவே ஒரு அன்றாடம் காய்ச்சிக்கு, அது கொடுங்கோல் ஆட்சிபோல, அதாவது ஏழைகளை கசக்கி பிழிந்து விடும், அப்படித்தானே? இதற்கு பெயர் மக்களாட்சி, ஜனநாயகம்?

நீங்கள், யாராவது வழக்கறிஞர் மூலம் பாதிப்புக்கு உள்ளாகி ஏதும் பிரச்சனை ஏற்பட்டு இருக்கிறதா?

எனக்கா? "நல்லவேளை..அப்படி ஒன்று நிகழவில்லை"...மன்னிக்க வேண்டும் நான்தான் டாபிக் மாறி போய்விட்டேன் என்று நினைக்கிறேன்..

ஒருவேளை எந்த டாக்டர் மூலமாக...?

"அதுவும் கிடையாது"...

பிறகு? எதற்காக அத்தனை கொலைகளை செய்தீர்கள்?....

"நான் யாரையும் கொல்லவில்லை!"...அத்தகைய மாபாதகத்தை செய்யும் அளவுக்கு எனது நெஞ்சில் துணிவில்லை"...

பிறகு, ஏன் அப்படி பீதியை கிளப்பினீர்கள்? என்ன விளையாட்டு இது?என்று கேட்ட பிரான்சிஸ் ஆச்சரியத்தில் உறைந்தார்.

டாக்டர், "இதற்கு மேல் என்னால் உண்மையை சொல்லாமல் இருக்க முடியவில்லை!".. இப்போது புரிகிறதா எனது பிரச்சனை? அதாவது, எனக்குள் ஒரு எண்ணம் தோன்றுகிறது!...அது என்னவென்றால், "எனது பிரச்சனைக்கான தீர்வினை உங்களால் மட்டுமே கொடுக்க முடியும்" என்று நான் உறுதியாக நம்புகிறேன்..ஆனால், "நீங்கள் எங்கே பாதியிலேயே என்னை அனாதையாக கைவிட்டு விடுவீர்களோ!" என்று உள்ளுக்குள் அச்சம் தோன்றுகிறது. அதனால், நான் இப்படி உங்களை பயமுறுத்தினால், "அதைக் கேட்டாவது தாங்கள் எனக்கு இறுதிவரை கூட இருந்து சிகிச்சை செய்வீர்கள்" என்ற நப்பாசையில் இப்படியெல்லாம் கீழ்த்தரமாக இறங்க வேண்டியிருக்கிறது!"...என்று சொல்லியவன் "அழகான மனைவி, அன்பான குழந்தைகள் " நல்ல வாழ்க்கை என எல்லாம் இருந்தும், "எனக்கேன் இப்படி ஒரு பிரச்சனை?"...நான், எனது குடும்பத்தோடு நிம்மதியாக இருந்து வெகுகாலம் ஆகிறது! ஏதோ யாருமற்ற தனிமையான கிரகத்தில் வாழ்வது போன்ற பிரம்மை ஏற்படுகிறது. "ப்ளீஸ் டாக்டர்!"... "என்னை எப்படியாவது, இந்தப் பிரச்சனையில் இருந்து காப்பாற்றுங்கள்!" என்று சொல்லியபடி அவரின் கையைப் பிடித்து கண்ணீர் மல்க வேண்டினான் ஆதித்யா..

அவனை ஆறுதலாக தட்டிக் கொடுத்தவர், "ஓகே.. ஓகே"..எல்லாம் சரியாகி விடும்.."இதே போன்ற உணர்வுகள், நீங்கள் உங்கள் நண்பரை கார் விபத்தில் கொல்ல முயற்சித்த போதும்,, உங்கள் மனைவியை

கொல்ல முயற்சித்த போதும் ஏற்பட்டதா?" என்று கேட்டபடி அவனின் விழிகளை கூர்ந்து நோக்கினார்...

"ஆம்! "அந்த இரண்டு கசப்பான அனுபவங்களும், எனது கட்டுப்பாட்டை மீறி நடந்துவிட்டது டாக்டர்!... உண்மையில் எனக்கே அப்போது என்ன நடந்தது என்று தெரியவில்லை!...மேலும், சில வேளையில் எனக்குள் எழும் அதீத உணர்வலைகளை என்னால் கட்டுப்படுத்த இயலவில்லை..அதன் பிறகு, நடக்கும் சம்பவங்கள் எதுவும் எனது நினைவில் இல்லை... உற்ற தோழன், உயிருக்கு உயிரான மனைவி இவர்களைப் போய் கொல்ல துணிந்த நானெல்லாம் என்ன மனிதன்? பேசாமல் என்ன விஷ ஊசி செலுத்தி கொன்றுவிடுங்கள் டாக்டர்" என்று சொல்லிவிட்டு மீண்டும் விக்கி விக்கி அழுத் தொடங்கினான் ஆதித்யா..

"நீங்கள் மனம் தளர வேண்டாம்"..எதை நினைத்தும், வீணாக குழப்பம் அடைய வேண்டாம்..நான் உங்களை குணப்படுத்துகிறேன்!. அதற்கு, சில வாரங்கள், அல்லது மாதம் ஆகக் கூடும்...நீங்கள் எனக்கு முழு ஒத்துழைப்பை கொடுக்க வேண்டும்..மேலும் இந்த எனது பாண்டிச்சேரி பண்ணையில் இருக்கும் பங்களாவின் பின்புறம் இருக்கும் ஒரு அவுட் ஹவுஸில் எனது கிளினிக் இருக்கிறது. அங்கு வைத்துதான், உங்களுக்கு நான் சிகிச்சை அளிக்க முடியும்..அது உங்களுக்கு சம்மதம் என்றால், நான் உங்களுக்கு உதவுகிறேன்" என்றார் பிரான்சிஸ்..

"ஓகே..டாக்டர்".. நீங்கள் என்ன சொன்னாலும் நான் அதைக் கேட்கிறேன்..நான் இந்தப் பிரச்சனையில் இருந்து மீண்டு வந்து, எனது மனைவி, பிள்ளைகளுடன் சந்தோசமாக வாழ வேண்டும். குறிப்பாக, "எனது நண்பனிடம் நேரில் சந்தித்து, நான் செய்த தவறுக்கு காலம் முழுக்க நான் அவனுக்கு உற்ற தோளாக இருந்து

அவனுக்கு உதவ வேண்டும். இனி, எனது குடும்பமும், நண்பர்களுமே எனது முக்கியம். நான், எல்லோரையும் நிறைய கஷ்டப் படுத்திவிட்டேன். அதற்கு பரிகாரமாக, நான் எல்லோருக்கும் பிரதிப் பலனாக எனது வாழ்வினை அவர்களுக்காக அர்ப்பணிக்க வேண்டும் .அது மட்டும்தான், "எனது இப்போதைய ஒரே குறிக்கோள்!"..அதற்காக, நீங்கள் என்ன சொன்னாலும் நான் அதனை மறுக்காமல் செய்கிறேன் டாக்டர்!" என்று சொன்னான் ஆதித்யா.

'இப்படி, ஆதித்யா கூறிய சொல்லில் இருந்த உறுதியும், வலிமையும், டாக்டர் பிரான்சிசை திக்குமுக்காட வைத்தது!"..

இவன், உண்மையில் மனிதப் பிறவியா? என்ற கூடுதல் அச்சத்தையும் அவருக்குள் ஏற்படுத்தியது"

# அத்தியாயம் - 24

"சென்னையிலிருந்து, யாழினி பாண்டிச்சேரிக்கு திரும்பி இருந்தாள். கூடவே, அவளது இரண்டு குழந்தைகளையும், டாக்டர் உடன் அழைத்து வரக்கூறி கேட்டுக் கொண்டிருந்த காரணத்தால், அவர்களையும் கூட்டிக்கொண்டு வந்திருந்தாள்.

டாக்டர் நீலகண்டன் அறையில், யாழினியும் ஆலோசனையில் இருந்த போது அங்கே பிரான்சிஸ் உள்ளே வந்தார்..

வணக்கம் டாக்டர்...

வணக்கம்..

"டாக்டர் நீலகண்டன் எல்லா விவரத்தையும் யாழினிக்கு எடுத்து கூறிவிட்டிர்களா? என்று அவரைப் பார்த்து வினவினார்பிரான்சிஸ்..

அவர் தயக்கத்தோடு.."இல்லை டாக்டர்" நீங்கள் கூறினால்தான், சரியாக இருக்கும்" என்றார்..

"சரி நானே சொல்லிவிடுகிறேன்..என்று அவளை எறிட்டவர், "யாழினி!..உங்கள் கணவருக்கு சிகிச்சை அளிப்பதில் பெரும் சிக்கல் இருக்கிறது! அதே வேளையில் சிகிச்சை அளிக்காமலும் இனியும் காலம் தாழ்த்த முடியாது!"

என்ன சிக்கல் டாக்டர்" என்று பதைபதைப்போடு வினவினாள் அவள்...

"காமா கதிரலைகள்" அப்படின்னு மருத்துவ உலகில் சொல்றது, ஒருவித அதிர்வலைகள். அதாவது, ஒரு மனிதன் இறக்கும் தருவாயில், கடைசி நிமிடத்தில் மனித மூளையில் தோன்றும் ஒருவித அலைவரிசை ஆகும். அது உங்கள் கணவர் ஆதித்யாவுக்கு, கனவு நிலையில் சஞ்சரித்து உணர்ச்சிப் பெருக்குக்கு செல்லும்போது, அத்தகைய "காமா அலைகள்" அவருக்கு உண்டாகிறது. "இது, மிக மிக ஆபத்தான ஒன்றாகும்". போன முறை, உங்கள் கணவருக்கு டாக்டர் நீலகண்டன் சாதாரண சிகிச்சை அளித்ததற்கே, அந்த அதிர்வலைகளின் தாக்கம் அவரின் ரிப்போர்ட்டில் தென்படுகிறது என்றால், நான் இப்போது கொடுக்கப்போவது, உச்ச பச்சமான இறுதி சிகிச்சை...அதில்பலவிதமான சிகிச்சை முறைகள் இருக்கும். அதனால், அது சில வேளைகளில் ஆதித்யாவின் உயிருக்கே கூட ஆபத்து ஏற்படலாம்!..

டாக்டர்...என்ன சொல்றீங்க?...

"அதிர்ச்சி வேண்டாம்!" ... "நான் உங்களை பயமுறுத்த இதனை சொல்லவில்லை!..."ஒரு டாக்டரின் கடமை, நோயாளியின் நிலைமையையும் சிகிச்சை கொடுப்பதால் ஏற்படும் நன்மை தீமைகளையும் எடுத்துக் கூற வேண்டியது எனது கடமை"...

அவரை காப்பாற்ற முடியுமா? முடியாதா?

"முடியும்"..ஆனால் அதற்கான தேர்ச்சி சதவிகிதம் பிப்டி பிப்டி என்றுதான் சொல்ல முடியும்...நூறு சதவிகிதம் என்று உறுதிபட கூறமுடியாது. நான் மட்டுமல்ல, இதுபோன்று தீவிர உளவியல் ரீதியாக சிக்கலான பிரச்சனை கொண்டவர்களுக்கு சிகிச்சை அளிக்கும் எந்த

மருத்துவரும், நூறு சதவிகிதம் உறுதியினை அளிக்க மாட்டார்கள்.

வேறு எதுவும் செய்ய முடியாதா?

"முடியும்"...அதற்கு ஒரே வழிதான் இருக்கிறது...

அது என்ன? நான் என்ன செய்ய வேண்டும்? பணத்தைப் பற்றிய கவலை வேண்டாம்..எங்கள் சொத்துக்கள் அனைத்தையும் விற்றாவது நான் செலவு செய்கிறேன்.. எனது கணவர் எனக்கு திரும்பக் கிடைத்தால் போதும்"...

"இது பணம் பற்றாக்குறை பற்றியதல்ல!"..."உங்கள் கணவர், சரியாக ஒத்துழைப்பு கொடுத்தால், நிச்சயம் நான் அவரை முழுமையாக குணப்படுத்த வேண்டிய, அனைத்து வேலைகளையும் செய்து முடிக்க ஏதுவாக இருக்கும்!"..ஆனால், அதற்கு இயல்பாக இருக்கும்போது ஒப்புக் கொள்வதாக வாக்கு கொடுத்தாலும், கனவு நிலையில் சஞ்சரிக்கும் போது மாறிவிடக் கூடும்!"...."அதை நினைத்துதான் சற்று கவலையாக இருக்கிறது!"...

"நான் வேண்டுமானால் அவரிடம் பேசிப் பார்க்கட்டுமா?"

வேண்டாம்! நீங்கள் இதைப்பற்றி அவரிடம் பேசினால், அது அவருக்கு தேவையயற்ற சந்தேகத்தை வரவழைக்க கூடும்"

பிறகு என்னதான் செய்வது?

அதுகுறித்துதான், யோசனை செய்து கொண்டிருக்கிறேன்.."அதற்கு முன்பாக நான் உன்னிடம் ஒரு சேதியை கூற வேண்டும்!"..

சொல்லுங்கள் டாக்டர்...

எப்படியாவது, நான் உங்கள் கணவரை குணப்படுத்தி மீட்டுக் கொடுக்கிறேன் என்று வாக்கு கொடுத்தேன் அல்லவா?"

ஆமாம்!...ஏன்? என்ன ஆயிற்று? "டாக்டர்..." நானும், எனது பிள்ளைகளும், அவரை நம்பித்தான் இருந்து கொண்டிருக்கிறோம்!.."எனக்கு சொத்து, பத்து ஆயிரம் இருந்தாலும், அவர்தானே எங்களுக்கு எல்லாமும்.." என்று சொல்லியபடி பதைபதைப்புற்றாள் யாழினி..

அவளின் உணர்வுகளை கவனித்த டாக்டர் பிரான்சிஸ், "டென்சன் ஆக வேண்டாம்!..உங்கள் கணவருக்கு ஒன்றுமில்லை!..எப்படியும் குணப்படுத்தி விடலாம்" என்று சொன்னவர், அவளை சற்று நேரம் வெளியே காத்திருக்கும்படி கூறியவர், அப்படியே அருகில் இருந்த நீலகண்டனை ஏறிட்டார்.

அதற்கு யாழினி "டாக்டர்! எதையும் என்னிடம் இருந்து மறைக்க வேண்டாம்! எதுவாக இருந்தாலும் வெளிப்படையாக சொல்லிவிடுங்கள்..."நான் உங்களை சந்திக்கும் முன்பாகவே, இந்த நோயின் தீவிரம் குறித்தும், அதன் பின்விளைவுகள் குறித்தும் எங்கள் சித்தப்பா டாக்டர் நீலகண்டனிடம் விரிவாக கேட்டு தெரிந்து கொண்டிருக்கிறேன்!". ஆனால், உங்களை சந்தித்து ஆலோசனை கேட்ட பிறகுதான் அதன் உண்மையான வீரியத்தை உணர்ந்து கொண்டேன்...ஆகையால், எதுவாக இருந்தாலும் என்னிடம் நேரிடையாகவே கூறுங்கள்!" என்று சொன்னாள் யாழினி.

"ஓகே"..அப்படிங்ணா வெளிப்படையாக சொல்வதில், எனக்கு எந்தப் பிரச்சனையும் இல்லை!..அதாவது, "ஆதித்யா அவர் விரும்பும் கனவிற்குள் செல்லவும், அவரின் நோக்கத்தை நிறைவேற்றும் அளவுக்கு, அவரை நீடித்து அவரின் கனவில் நிலைக்க வைக்கவும் என்னால் முடியும்"

"வெரி குட் டாக்டர்!"..அதுதானே எங்களுக்கு வேண்டும்... அவர் அப்படி அவரின் அந்த தொடர் கனவுக்குள் சென்று

அதனை பூர்த்தி செய்துவிட்டால், பிறகு பிரச்சனை முடிந்ததாகத்தானே அர்த்தம்?

"சரிதான்"..ஆனால், அதிலும் அபாயம் இருக்கிறது!...

அபாயமா? அதான் எல்லாம் முடிந்துவிட்டதே... பிறகென்ன..? என்று சலிப்போடு கேட்டாள் யாழினி

"இதுபோன்ற, "கனவு, நினைவு, பூர்வ ஜென்ம தொடர்பு" போன்ற மாயையில் சிக்குபவர்கள் சந்திக்கும் ஒரே பிரச்சனை என்னவென்றால், அவர்கள் அவர்களுக்கு பிடித்த உலகினை மட்டும்தான் தேர்ந்தெடுப்பார்கள்!"..

அதன் அர்த்தம்?

"உங்களுக்கு புரியும்படி சொல்கிறேன்!..ஆதித்யாவின் நோக்கத்தை மட்டும்தான் என்னால் நிறைவேற்ற முடியும்!.."குணப்படுத்த முடியும்"...ஆனால், ஒருவேளை, "கனவுக்குள் செல்லும் ஆதித்யா, திரும்பவும் மீளவில்லை என்றால், என்ன செய்வது?

அதெப்படி டாக்டர் முடியும்? கனவில் செல்பவர்கள் ஒரு நேரத்தில் விழித்துதானே ஆக வேண்டும்?

"அங்குதான் உன்னைப்போல பலரும் தப்புக்கணக்கு போடுகிறார்கள்!"..."ஆதித்யா போகப்போவது கனவுலகுக்குத்தான் என்றாலும், அவர் உள்ளுணர்வின் மனப்போக்குக்கு ஏற்றபடிதான் செயல்படுவார்!". அப்படி ஒருவேளை, ஆதித்யா அந்த கனவுக்குள் இருக்க தீர்மானித்துவிட்டால், அவரை எழுப்ப முடியாது. ஒன்று அவர் கோமா நிலைக்கு செல்ல வேண்டும், இல்லையென்றால், இதயத் துடிப்பு எகிறி மரணிக்க வேண்டும். இதுபோன்று, கனவுக்குள் சென்று மீளமுடியாமல் கோமாவுக்கு சென்றும், இதயத் துடிப்பு எகிறி இறந்தும் போன மனிதர்கள் பல ஆயிரம் பேர்களை நான் எனது சர்வீசில் சந்தித்து இருக்கிறேன்"..

இதன் பொருள்? இப்போது நீலகண்டன் டாக்டர் பிரான்சிசைப் பார்த்து வினவினார்..

"கனவுக்குள் செல்லும் ஆதித்யா மீள்வதும், மீளாமல் போவதும் என் கையில் இல்லை!" "அது, அவரின் உள்ளுணர்வின் கட்டுபாட்டில் இருக்கிறது என்று பொருள்"...என்று விளக்கி முடித்தார் பிரான்சிஸ்

அதைக்கேட்ட டாக்டர் நீலகண்டனும், யாழினியும் அதிர்ச்சியில் உறைந்தனர்..

# அத்தியாயம் - 25

"தாங்கள், இதற்கு முன்பாக செய்த தவற்றினை நினைத்து இப்போது குழப்பிக் கொள்ள வேண்டாம்!... இந்த வேளையில், அந்த சிந்தனை உங்கள் மனதுக்குள் புகுந்தால், உங்களால் எதையும் செய்ய விடாது!"...

"சரிங்க டாக்டர்!"...

"உங்கள் மனது, சிந்தை இந்த இரண்டையும் வெற்றிடமாக வைத்துக்கொள்ள முயற்சி செய்யுங்கள்! இப்போதைக்கு உங்களுடைய சிந்தையில் உங்கள் கனவு குறித்த நினைப்பு மாத்திரம்தான் இருக்க வேண்டும்". "விழிகளை நன்றாக மூடிக்கொண்டு உறங்க முயற்சி செய்யுங்கள்!"

"ம்"...என்றான் ஆதித்யா

நான் கேட்கும் கேள்விகளுக்கு மட்டும் பதில் சொல்லுங்கள்..

கேளுங்கள்...

உங்கள் கனவில் ஏற்கனவே பார்த்த இடங்கள், மனிதர்கள், விலங்குகள், ஆயுதங்கள், மரங்கள், செடி, கொடி என உங்களுக்கு தோன்றியிருந்த கனவின் காட்சிகளை ஒன்றுவிடாமல், எனக்கு தெளிவாக விவரிக்க முடியுமா?

நிச்சயம் முடியும்!...

"சொல்லுங்கள்! ஒவ்வொன்றாக சொல்லுங்கள்! குறிப்பெடுத்துக் கொள்கிறேன்.

"அதற்கு அவசியமில்லை டாக்டர்..!" என்று பெட்டில் இருந்து எழுந்து உட்கார்ந்தவன், "இதற்கு மேலும், உங்களிடம் மறைப்பதற்கு ஒன்றுமில்லை"..நீங்கள் எனக்காக இவ்வளவு மெனக்கிடும் போது, நானும் எதையும் மறைக்க வேண்டாம் என்றே கருதுகிறேன்.. என்று சொல்லியவன்.. அந்த அறையில் அவர்களுக்குப் பின்னால் நின்று கொண்டிருந்த டாக்டர் விஷாலினியை நோக்கினான்!

திருதிருவென முழித்த டாக்டர் விஷாலினி, ஆதித்யாவையும், டாக்டர்களையும் தர்மசங்கடத்தோடு ஏறிட்டாள்..

டாக்டர் விஷாலினி, இதுவரை தாங்கள் எனக்கு செய்த அனைத்து உதவிக்கும் எனது மனபூர்வ நன்றியை தெரிவித்துக் கொள்கிறேன்!..இனியும் எதையும் மறைக்க வேண்டாம்.. டாக்டர் நீங்களும் அவர் மீது கோபம் கொள்ள வேண்டாம்..எனக்கு அனைத்து வகையிலும் உதவியது டாக்டர் விஷாலினி தான்..அவர்தான், எனக்கு கொண்டு வந்த மருந்தில் டோஸ் கம்மியாக கொண்டு வந்தார். உங்களின் திட்டம் குறித்தும் எனக்கு தகவல் தந்து கொண்டிருந்தார்....என்று தெரிவித்தவன், தலையைத் திருப்பி, டாக்டர் விஷாலினி, அதைக் கொண்டு வந்து டாக்டரிடம் கொடுங்கள்!"...என்று அவளிடம் சொன்னான் ஆதித்யா..

"அங்கிருந்து அவசரகதியில் வெளியேறியவள், சற்று நேரத்தில் கையில் ஒரு பெட்டியோடு அந்த அறைக்குள் நுழைந்தவள், கையிலிருந்த பெட்டியை டாக்டர் பிரான்சிசிடம் கொடுத்தாள்.

"அந்தப் பெட்டியை வாங்கி திறந்துப் பார்த்தார் டாக்டர் பிரான்சிஸ், அதற்குள் இருந்த, "ஏராளமான பென்சில் ஓவியங்கள் வரைந்து வைக்கப்பட்டு இருந்த சுருள்களை வெளியே எடுத்தார்!"....

ஆச்சர்யம் ததும்ப, அதனை ஒவ்வொன்றாக பிரித்துப் பார்த்தவரின் விழிகள் ஆச்சரியத்தில் விரிந்தன! அதைப் பார்த்த நீலகண்டனும் வியப்பின் உச்சிக்கு சென்றார்"...

"அதில், ஆதித்யா தான் கனவில் கண்ட, அனைத்து காட்சிகளையும், அச்சு பிசகாமல், அப்படியே தத்ரூபமாக வரைந்து வைத்திருந்தான்!...

உடனே "நீங்கள் ஓவியரா? என்று கேள்வி எழுப்பியபடி, படங்கள் ஒவ்வொன்றும் அருமையாக நேரில் பார்ப்பது போலவே இருக்கிறது" என்று பாராட்டினார் பிரான்சிஸ்

அதற்கு ஆதித்யா "இந்த கனவிற்கு பிறகுதான், நான் ஓவியம் வரையவே கற்றுக் கொண்டேன்!" உண்மையை சொல்ல வேண்டும் என்றால், நான் ஓவியம் வரைய கற்று ஆறு மாதங்கள்தான் ஆகிறது" என்று புன்னகைத்தபடி பதில் சொன்னான்..

"ஆக"...நீங்கள் உங்கள் கனவினை அடைய, பல உழைப்பினை மேற்கொண்டு வந்து இருக்கிறீர்கள்! அதற்காக, பலவிதங்களில் முயற்சியை எடுத்தும், அது கைகூடாததால், மீண்டும் மீண்டும் வெவ்வேறு வகையில் முயன்று பார்த்து வந்திருக்கிறீர்கள்!..அப்படித்தானே?

"ஆம்..டாக்டர்".என்று சொல்லிவிட்டு, மீண்டும் சிறு புன்னகை ஒன்று உதிர்த்தான் ஆதித்யா

"அது சரி"..நீங்கள் கனவில் கண்ட அனைத்து உருவங்களின் ஓவியமும் இதில் இருக்கிறதா? இல்லையென்றால், "நீங்கள் விரும்பாத காட்சிகளை விளக்கி வைத்து இருக்கிறீர்களா? என்று அவனின்

விழிகளை கூர்ந்து நோக்கியபடி வினா தொடுத்தார் பிரான்சிஸ்

இதைக் கேட்ட ஆதித்யா அதிக சினமுற்றான்!."அவனது இதயத் துடிப்பு எகிறத் தொடங்கியது!...

"படுத்துக் கொள்ளுங்கள்!" பதற்றமோ, ஆவேசமோ வேண்டாம்..நிதானமாக பதில் கூறுங்கள்...என்று அவனை பெட்டில் படுக்க வைத்தார் பிரான்சிஸ்.

சற்று நேர ஆசுவாசத்துக்கு பிறகு "ஆம்".. என்னை கொல்லத் துடிக்கும் விரோதிகள் நிறைய பேர் இருக்கிறார்கள். "அவர்களின் உருவம், எனது மனக்கண்ணில் இருந்தும் அகலவே இல்லை"..அதனால், நான் அவர்களை ஓவியம் தீட்டவில்லை! என்றான்..

"சரி"..."எனக்காக அவர்களின் உருவங்களை வரைந்து காட்ட முடியுமா? நான் ஏன் அப்படி கேட்கிறேன் என்றால், நான் முன்னமே கூறியபடி, எனக்கு உங்களிடம் இருந்து அனைத்து தகவல்களும் எனக்கு தேவைப்படுகிறது!".. என்று சொல்லிவிட்டு அவனை அந்த ஓவியத்தை வரைய கேட்டுக் கொண்டார் டாக்டர் பிரான்சிஸ்

அக்கணம் அவனுக்குள் உணர்ச்சிகள் வெடித்துக் கிளம்பத் துவங்கின..அவனையறியாமல், சிலகணம் அவன் பற்களை நறநறவென கடிக்கத் தொடங்கினான்..மேலும், ஆதித்யாவுக்கு, வேர்த்துக் கொட்டத் தொடங்கியது!"

பிறகு, டாக்டர் பிரான்சிசின் சொல்லுக்கு கட்டுப்பட்டவன், அடுத்த சில வினாடிகளில் அந்த ஓவியங்களை வரைந்து டாக்டரிடம் கொடுத்தான் ஆதித்யா..

அந்த ஓவியத்தை வாங்கி, "அவன் ஏற்கனவே வரைந்து வைத்திருந்த ஓவியங்களோடு, சிலகணம் ஒப்பிட்டு பார்த்துக் கொண்டிருந்தவர், " இந்த ஓவியம், நீ ஏற்கனவே வரைந்து வைத்திருக்கும் வீரமர்த்தினியின் ஓவியத்தோடு ஒத்துப் போகிறதே? அதையேன் திரும்பவும் வரைந்தாய்? என்று வினவினார்..

"ஆம்..டாக்டர்!".. உருவத்தில் ஒத்திருக்கும் அந்த இரண்டு மங்கைகளில் ஒருத்தி எனது இதயத்தை கொள்ளை கொண்டவள்! இன்னொருத்தி, எனது உயிரைப் பறிக்கத் துடிக்கும் துரோகி!"..ஆனால், "அவர்கள் இருவருக்கும் ஒரு வித்தியாசம் இருக்கிறது..அது மட்டும் என் நினைவில் இல்லை" என்று சொன்னான்..

நினைவில் இல்லையா? அல்லது சொல்லக் கூடாதா? என்று கேட்டார் பிரான்சிஸ்

"நான் உண்மையையத்தான் கூறுகிறேன்!.. ஆனால், நேரில் அவர்கள் இருவரையும் சந்தித்தால், அந்த வித்தியாசத்தை கண்டறிய, எனக்கு ஒரு நொடி அவகாசம் போதும்...அதற்கு நான் அந்த கனவுக்குள் சஞ்சரிக்க வேண்டும்!".

சரி...நிச்சயம் இந்த ஓவியங்களும், நீங்கள் கூறிய தகவலும் நமக்கு பலன் கொடுக்கும் என்று நம்புகிறேன்"... எதற்கும், நான் இன்னொரு தடவை இவற்றையெல்லாம் கவனமாக பார்த்து பரிசோதிக்க வேண்டும். இதையெல்லாம் பத்திரமாக எடுத்து எனது அறையில் வையுங்கள்" என்று நீலகண்டனிடம் தெரிவித்தார் டாக்டர் பிரான்சிஸ்...

பிறகு, ஆதித்யாவை அணுகி அவனது தோளில் கை வைத்தவர் "நான் இப்போது உங்களுக்கு வாக்கு கொடுக்கிறேன்..நீங்கள் நிச்சயம் உங்கள் கனவுக்குள் செல்வீர்கள். உங்கள் நோக்கம் நிறைவேறும்!" பிறகு,

நல்லபடியாக குணமாகி உங்கள் குடும்பத்தோடு சந்தோசமாக வாழ்வீர்கள்" என்று உறுதியோடு சொன்னார்!

ரொம்ப நன்றி டாக்டர்!... இந்த உதவியை நான் ஒருபோதும் மறக்க மாட்டேன்..

"இது எனது கடமை!" இப்போது உங்களுக்கு சற்று ஓய்வு தேவை, நான் இந்த ஊசியை செலுத்தியதும், தாங்கள் உறக்க நிலைக்கு செல்வீர்கள். பயம் வேண்டாம்".. என்று சொல்லிவிட்டு அந்த ஊசியை ஆதித்யா உடம்பில் செலுத்தி முடித்தார் டாக்டர் பிரான்சிஸ்..

# அத்தியாயம் - 26

"அன்றைய அந்திசாயும் பொழுதில், வீட்டு தோட்டத்து பண்ணை வீட்டு மாடியில் அமர்ந்து டாக்டர் நீலகண்டனோடு காபி அருந்தி கொண்டிருந்த டாக்டர் பிரான்சிஸ் தீவிர சிந்தனையில் மூழ்கியிருந்தார்."...

சற்று வினாடியில் டாக்டர் நீலகண்டனை ஏறிட்டவர், "உங்களுக்கு சினிமா துறையில் உள்ள நபர்கள், யாரோடாவது பரிச்சயம் இருக்கிறதா? என்றார்

"ஆம்.. டாக்டர்!" எனது தங்கையின் மகன் திரைப்பட இயக்குனராக இருக்கிறான்!...இப்போது கூட அவன், கடலூரில் "கடல் புறா" என்ற சாண்டில்யனின் வரலாற்று நாவலை வெப் சீரிசாக எடுத்துக் கொண்டிருக்கிறான்!."

"நல்லது".. அவரை உடனே தொடர்பு கொண்டு, யாரவது ஒரு நல்ல கலை இயக்குனரை உடனே இங்கே அழைத்து வரச் சொல்லுங்கள்!"...

ஏன் டாக்டர்?..."உங்களுக்கு திரைப்படம் தயாரிக்கும் ஆசை இருக்கிறதா?"

"ஆம்!"..."எவ்வளவு நாட்களுக்குத்தான், இப்படி உளவியல் ரீதியாக ஆராய்ச்சி செய்துகொண்டும், அதற்கான மனிதர்களுக்கு சிகிச்சை அளித்துக் கொண்டும் இருப்பது? நமக்கென்று, ஒரு ஆத்ம திருப்திக்காக, நமக்கு பிடித்த சில காரியங்களை செய்வதில் தவறொன்றும் இல்லையே?! என்றார் பிரான்சிஸ்..

உடனே, ஏற்பாடு செய்கிறேன்!"..ஆனால், ஆதித்யாவுக்கு சிகிச்சை போய்க்கொண்டிருக்கும் இந்த பரபரப்பான வேளையில்...? என்று இழுத்தார் நீலகண்டன்

நீங்கள் கேட்க வருவது புரிகிறது...

பிறகு ஏன் அவசரம்?

"நான் எடுக்கப் போகும் புதிய படத்தின் கதாநாயகன் ஆதித்யா. வில்லன் அதுவும் அவரேதான்!" என்று சொல்லிவிட்டு சிரித்தார் பிரான்சிஸ்..

புரியவில்லையே டாக்டர்?... என்று கேட்டுவிட்டு அவரின் முகத்தை நோக்கினார் நீலகண்டன்..

"கவனமாக கேட்டுக் கொள்ளுங்கள்!"..நான், கலை இயக்குனரை வரவழைக்கக் கூறுவதில் முக்கிய நோக்கம் இருக்கிறது!. ஆதித்யா வரைந்த ஓவியங்களை நீங்களும் பார்த்தீர்கள்தானே?

"ஆம்... பார்த்தேன்!"...

அதைப்பற்றிய உங்கள் கருத்து என்ன?

ஒரு, கைதேர்ந்த ஓவியனால் மட்டுமே, இத்தகைய ஓவியத்தை வரைய முடியும்!"...

ஆம்!..ஆனால், சிலகாலம் மட்டுமே பயிற்சி பெற்ற ஆதித்யாவால் இது எப்படி முடிகிறது?

"எனக்கும் அந்த சந்தேகம் இருந்து கொண்டிருக்கிறது!"... ஆதித்யா குறித்த அனைத்து விஷயங்களும் எனக்கு மர்மமாகவே இருக்கிறது"

அதாவது, "ஆதித்யாவின் உள்மனம் அந்தக் காட்சியில் மூழ்கி திளைத்துக் கொண்டிருக்கிறது!. அவரின் ஆழ்மனதில், அவையெல்லாம் நிரந்தரமாக வலுவாக நிரம்ப பதிந்துவிட்டது. அதனால், "ஆதித்யாவுக்கு நாம்

இறுதி சிகிச்சை அளிக்கும் அறையின் தோற்றத்தை, நாம் இந்த ஓவியங்களில் இருப்பதைப் போன்று மாற்றி அமைக்க வேண்டும்!. இந்த ஓவியங்கள் எல்லாம் பென்சிலில் வரையப்பட்டு இருக்கின்றன.. அவற்றை அப்படியே பெரிதாக கலரில் மாற்றி பிரிண்ட் போட்டோ இல்லையென்றால் ஓவியம் திட்டியோ, அந்த அறையின், நான்கு பக்க சுவற்றிலும் பதிக்க வேண்டும்!.. அத்தோடு, அந்த ஓவியத்தில் இருக்கும் குன்றும், அதில் ஊற்றும் அருவி போன்று செயற்கையாக நாம் உருவாக்க வேண்டும்!.. அதற்காகத்தான், திரைப்பட கலை இயக்குனரை வரவழைக்கச் சொன்னேன்".. என்று விவரித்தார் டாக்டர் பிரான்சிஸ்..

இப்போது புரிகிறது டாக்டர்..அதாவது, ஆதித்யாவின் கனவுலக காட்சியைப் போன்று, செயற்கையாக புதிதாக அரங்கு அமைத்து அதில் நிறுவ வேண்டும்!" ஒருவேளை, இந்த செட்டப்பைப் பார்த்து, உண்மையை தெரிந்துகொண்டு, ஆதித்யா அதிர்ச்சியுற்றால், இல்லையென்றால் திடீர் கோபம் கொண்டு நம்மை தாக்கத் தொடங்கிவிட்டால் என்ன செய்வது?

"அதுவும் நல்ல கேள்விதான்!..ஆனால், நாம் ஆதித்யாவுக்கு இறுதி சிகிச்சை அளிக்கப்போகும் அறை, இதுதான் என்பது அவருக்கு தெரியவேக் கூடாது.. அத்தோடு, அவரை, "நாம் இந்த புதிய அறைக்கு மாற்றும் போது, அவர் சுயநினைவிலும் இருக்கக் கூடாது".. நாம் கொடுக்கும் ஹெவி டோஸ் மருந்து, அவரை மயக்கத்திலும், நமது கட்டுப்பாட்டிலும் வைத்திருக்க உதவும்"

"நல்ல யோசனையாக தோன்றுகிறது!"...நான் இப்போதே போன் செய்து அவர்களை பாண்டிச்சேரிக்கு அழைக்கிறேன்!..

"நல்லது"..மிக்க அவசரம்!.. முடிந்தால், அவரை, "இன்று இரவே கூட்டி வாருங்கள்!.."நாம் கூடி விவாதிப்போம்"... அதற்கு முன்பாக, செய்து முடிக்க வேண்டிய முக்கிய வேலை ஒன்று பாக்கி இருக்கிறது!

"சொல்லுங்க டாக்டர்!"...

உங்க உதவியாளர், டாக்டர் விஷாலினியை அழைத்துக்கொண்டு, நீங்களும் எனது அவுட் ஹவுஸ் அறைக்கு வந்துவிடுங்கள்!...என்று சொல்லி முடித்த டாக்டர் பிரான்சிசின் முகம், இப்போது இறுகத் தொடங்கியது!"..

# அத்தியாயம் - 27

டாக்டர் அழைத்தீர்களோமே! என்று சொல்லியபடி அந்தக் அறைக்கதவை திறந்தபடி உள்ளே நுழைந்தாள் விஷாலினி. அவளை பின்தொடர்ந்து நீலகண்டனும் நுழைந்தார்.

"ஆம்"...வந்து இருக்கையில் அமருங்கள்!...

அவள், அவரின் மேசைக்கு எதிரே இருந்த இருக்கையில் அமர்ந்து, டாக்டர் பிரான்சிசை ஏறிட்டு "சொல்லுங்க டாக்டர்"..என்றாள்

எத்தனை வருடமாக இந்த துறையில் மருத்துவராக பணியாற்றி வந்து கொண்டிருக்கிறீர்கள்?

"மூன்று வருடங்கள் டாக்டர்!..

அப்படியென்றால், இன்னமும் நீங்கள் உங்கள் கேரியரை சரியாக ஆரம்பிக்கவே இல்லை என்று அர்த்தம்! சரியா?

ஆமாம் டாக்டர்...

"எனக்கு இந்த மனோதத்துவ துறையில் அறுபது வருடங்கள் சர்வீஸ்"

கேள்விப்பட்டு இருக்கிறேன் டாக்டர்..

இதையேன் உங்களிடம் சொல்லிக்கொண்டிருக்கிறேன் புரிகிறதா?

இல்லை...

புரிந்து கொள்ளுங்கள்..எந்த ஒரு துறையிலும் எடுத்த எடுப்பிலேயே எதையும் சாதித்துக் காட்டிவிட முடியாது! முதலில், நமக்கு நாம் தேர்ந்து எடுத்து இருக்கும் துறையில் பிடிமானமும், விருப்பமும் இருக்க வேண்டும்..எந்த ஒரு துறையிலும் குறைந்த பட்சம் ஐந்து ஆண்டுகளாவது முழுமையாக அர்ப்பணிப்போடு ஈடுபட்டு கற்றுக் கொண்டால்தான், அதன் நுணுக்கங்கள் புரிய வரும்..பிறகுதான், நமது திறமையை வெளிக்கொணர நாம் பாடுபட்டு நமக்கான இலட்சியத்தை எட்ட வேண்டும்"

சரிங்க டாக்டர்...

ஆனால், நீங்கள் செய்து கொண்டிருப்பது என்ன?

நான் ஒன்றும் தவறு செய்யவில்லையே...

ஆதித்யா விஷயத்தில் நீங்கள் செய்தது என்ன?

அது..டாக்டர் நீலகண்டன் சார்தான், நீங்கள் இவரை கவனித்துக் கொள்ளுங்கள். கூடவே இருந்து அவருக்கு உதவுங்கள் என்று சொன்னார்..நானும் அதன் பின்விளைவுகள், ஆதித்யாவின் நோக்கம் அறியாமல் தவறு இழைத்துவிட்டேன்..

"ஒரு மருத்துவராக சத்தியப் பிரமாணம் ஏற்கும் போது, அதிலிருந்த பிரமாண விதிகளை நன்கு படித்தீர்களா? அது குறித்து நினைவு இருக்கிறதா?

ஆம்...அதை எப்படி மறப்பேன் டாக்டர்?

அது நினைவில் இருந்தால் மட்டும் போதாது...அந்த சத்தியப் பிராமணத்தின் படிதான் நடந்து கொள்கிறாயா?

ஆம்..டாக்டர்...

இப்படி பொய் சொல்ல உனது நாவு கூசவில்லையா? என்று திடிரென்று கோபத்தில் கத்தத் தொடங்கினார் பிரான்சிஸ்..

அப்போது "நீங்கள் தனிமையில் பேசுவதாக இருந்தால், நான் வேண்டுமானால் வெளியே செல்லட்டுமா? என்றார் நீலகண்டன்..

தேவையில்லை...நீங்களும் உடன் இருங்கள்...

சரி..என்று தலையை ஆட்டியபடி, அவரின் நாற்காலியில் திரும்பவும் அமர்ந்தவர், அங்கு நடப்பது ஒன்று புரியாததால் சங்கடத்தில் நெளிந்தபடி இருவரையும் மாறி மாறி பார்த்துக் கொண்டிருந்தார் நீலகண்டன்..

"டாக்டர்! நீங்கள் என்ன சொல்ல வருகிறீர்கள்? எனக்கு ஒன்றும் புரியவில்லையே...

போதும்..இதற்கு மேலும் நடிக்காதே...உனது ஜாதகமே எனக்கு தெரியும்...ஒரு மனநல மருத்துவர், அதற்குண்டான வேலையை மட்டுமே செய்ய வேண்டும்!...அதைவிடுத்து, "உளவியல் சிகிச்சை கிளினிக்" என்ற பெயரில் கல்யாண புரோக்கர் வேலை செய்து கொண்டிருந்தால், இந்த தொழில் மீது எப்படி மக்களுக்கு நல்ல அபிப்ராயம் ஏற்படும்?...அத்தோடு, உனக்கு தெரிந்த சில எச்சை மீடியாக்களோடு கூட்டு வைத்துக்கொண்டு, மூன்று ஆண்டுகள் பெற்ற அனுபவத்தை வைத்துக்கொண்டு, உலகத்தில் நீ மட்டும்தான் பெரிய மனநல மருத்துவர் என்ற மமதையில் பேட்டி கொடுத்துக்கொண்டும், ஷோ நடத்திக்கொண்டும் பீத்திக்கொண்டு, அதன் மூலம் கல்லா கட்டிக் கொண்டிருப்பதும் எனக்குத் தெரியும்" என்று ஆவேசமாக பேசியவர் "முதலில் இவளை இங்கிருந்து துரத்தி விடுங்கள்" இதற்கு மேலும் இவளை நம்மோடு வைத்துக் கொண்டிருப்பது நல்லதல்ல" என்று நீலகண்டனைப் பார்த்து சொன்னார் டாக்டர் பிரான்சிஸ்

விஷாலினியை ஏறிட்ட நீலகண்டன் "அவர் சொல்வது உண்மையா? என்று அவளைப் பார்த்து கேட்டார்..

ஆமாம்...டாக்டர்!" பணத்தாசை எனது கண்ணை மறைத்துவிட்டது...எனது கிளினிக்கை தவறான வழியில் நடத்தி அதன் மூலம் பணம் ஈட்டி வருவது உண்மைதான்.. அதேபோல, ஆதித்யா கொடுத்த பணத்துக்கு ஆசைப்பட்டு நான் சில தவறினை செய்துவிட்டேன்"..."என்னை மன்னித்து விடுங்கள்!..நான் இனிமேல் அத்தகைய பிழையை செய்ய மாட்டேன்.."ப்ளீஸ்"...என்று கெஞ்சினாள் விஷாலினி..

"செய்த தவறினை ஒப்புக்கொண்டதற்கு நன்றி!...நீ, இப்போதே இங்கிருந்து வெளியேற வேண்டும்" என்று சொன்னார் டாக்டர் பிரான்சிஸ்

"ப்ளீஸ் டாக்டர்!"...இனிமேல், "நான் எந்த தவறையும் செய்ய மாட்டேன். அதுவும் தவிர, நீங்கள் இப்போது ஆதித்யாவுக்கு அளிக்கப் போகும் சிகிச்சை உலகில் எங்கும் நடைபெறாத, கேள்வியுறாத வினோத வழக்கு, அதில் நான் பங்கு பெறுவதை நான் எனது பாக்கியமாக கருதுகிறேன். அது எனது கேரியருக்கு மிகுந்த உபயோகமாக இருக்கும்.....என்று கெஞ்சினாள் விஷாலினி

"உண்மைதான்"...நிச்சயம் உனக்கு நல்ல பெயர் கிட்டும்..ஆனால், "உன்னை எங்களோடு வைத்துக் கொள்ள முடியாது!.. ஒருவர் வெற்றியடைவதும், தோல்வியடைவதும் நமது எண்ணங்களின் வலிமையான வெளிப்பாடுதான்!"...நமது மனித எண்ணங்களுக்கு, அத்தகைய ஆக்கப்பூர்வமான நேரலை சக்திகள் இருக்கிறது!". ஆனால், அதுவே நூறு நல்ல எண்ணவோட்டங்கள் நிறைந்த இடத்தில், ஒரு எதிரலை கொண்ட நெகடிவ் அதிர்வலை இருந்தால், அது அந்த ஒட்டுமொத்த அனைத்து பாசிடிவ் எண்ணம் கொண்டவர்களை நிலைகுலையச்

செய்துவிடும்!"...அதாவது "ஒருகுடம் பாலில் ஒரு துளி விஷம் போல" இதற்கு மேலும் நான் உனக்கு விளக்கம் கூற தேவையில்லை என்று நினைக்கிறேன்" என்று சொல்லிவிட்டு அவளை ஏறெடுத்துப் பார்த்தார் டாக்டர் பிரான்சிஸ்...

உடனே விஷாலினி டாக்டர் நீலகண்டனை ஏறிட்டு "நீங்களாவது அவரிடம் எடுத்துக் கூறி, எனக்கு உதவுங்களேன்" என்று சொல்வது போல"விழிகளால் கெஞ்சினாள்!..

அதைப் புரிந்துகொண்ட டாக்டர் நீலகண்டன், அவளைப் பார்த்து முறைத்தபடி, "உன்னை நம்பித்தானே, எனது உறவுக்கார பெண்ணின் கணவரை கவனித்துக்கொள்ள சொல்லி இருந்தேன்!. அப்படி இருக்கும் போது, நான் உன் மீது வைத்திருந்த நம்பிக்கையை உடைத்து, ஏமாற்றி, இப்படி ஆதித்யாவுக்கு தகவலை பரிமாறும் எட்டப்பன் வேலையை செய்து வந்திருக்கிறாயே? நமது தொழில் தர்மத்தை விட, பணம் உனக்கு முக்கியமாகி விட்டதா? உனக்கு நல்ல சம்பளம் கொடுத்துதானே உடன் வைத்து இருந்தேன்? நீயெல்லாம் வாழ்க்கையில் முன்னேறவே முடியாது!..இனிமேல், எனது முகத்தில் விழிக்காதே" என்று அவளைப்பார்த்து ஆவேசத்தோடு சொல்லிவிட்டு சட்டென்று தமது பார்வையை வேறு திசையில் திருப்பிக் கொண்டார்..

அடுத்த கணம், அந்த அறையில் இருந்து விடுவிடுவென கண்ணீரோடு வெளியேறினாள் விஷாலினி...

# அத்தியாயம் - 28

"அன்றைய தினத்தின் முன்னிரவு முன்னேறிக் கொண்டிருந்த வேளையில், டாக்டர் பிரான்சிசின் பண்ணை வீட்டு மொட்டை மாடியில், அந்த திரைப்பட கலை இயக்குநரோடு அவர்கள் திட்டமிட்டிருந்த அந்த சந்திப்பு நடந்தேறிக் கொண்டிருந்தது!

டாக்டர் பிரான்சிஸ் தனது திட்டத்தை விவரித்தார்...

"எனது இந்த பண்ணை நிலத்தில் வடக்குப்புறமாக முந்திரிக்காடு நிறைந்து வளர்ந்து கிடக்கிறது. அதற்கு அப்பால் ஏரி ஒன்றும் இருக்கிறது. அது அமைதியான இடம். அங்கே, மனிதர்கள் நடமாட்டமோ, கூச்சலோ அதிகம் இருக்காது. அந்த இடத்தில், ஒரு கூடாரம் அமைத்து, அதற்குள் ஒரு அறையை ஏற்படுத்த வேண்டும். அந்த அறை முழுக்க, இந்த ஓவியத்தில் இருக்கும் காட்சிகளைப் போல அமைக்க வேண்டும்! குறிப்பாக, அந்த குன்றும், அருவியும் நிஜத்தைப் போலவே இருக்க வேண்டும்!"..அந்த அறையில், பத்தில் ஒரு பங்கு வெளிச்சம் மட்டுமே இருக்கும்படி பார்த்துக் கொள்ளுங்கள்!"..

"அப்படியே செய்து விடலாம்"என்று சொன்ன கலை இயக்குநர் அடுத்து அவர் கூறுவதை ஆர்வம் மிகுதியோடு கேட்கும் ஆவலில் இருந்தார்..

அடுத்ததாக, தான் ஏற்கனவே வரைந்து வைத்திருந்த மாதிரி வரைபடத்தை சுட்டிக் காட்டியவர், இதே தெரிகிறதே, இந்த இடத்தில் தான் ஆதித்யா படுக்கும் பெட் இருக்க வேண்டிய இடம். இந்த இடத்தின் நேர் மேலாக, ஆதித்யா நிமிர்ந்து நேராக பார்க்கும் நேர்திசையில் நிலவு போன்ற தோற்றத்தில் ஒன்றை அமைக்க வேண்டும்....அதில், "ஒரு அதிக வெண்ணிற வெளிச்சம் கொண்ட ஒளியை பொறுத்த வேண்டும்!. அத்தோடு, அதில் ஆதித்யா வரைந்து வைத்திருக்கும் ஓவியத்தில் இருக்கும் பெண்ணின் உருவம் மற்றும் ஆதித்யாவின் மனைவி யாழினி மற்றும் அவரது குழந்தைகளின் படமும், அடிக்கடி, நொடிக்கொரு தரம் வந்து போகும் வகையில், ஸ்லைடு அமைக்க வேண்டும்!. எல்லாவற்றையும் விட முக்கியம், ஆதித்யா கண்விழித்து பார்க்கும்போது, இது செட்டப் அறை என்பதை ஒருபோதும் கண்டுபிடித்து விடக் கூடாது!..அவர் கனவில் இருக்கிறாரா? அல்லது நினைவில் இருக்கிறாரா? என்ற குழப்பத்திலேயே இருந்து கொண்டிருக்க வேண்டும்.. அதனால்தான் சொன்னேன் இந்த அறையில் வெளிச்சம் மிக மிக குறைவாக இருக்கும்படி பார்த்துக் கொள்ள வேண்டும்..அதே வேளையில், நீங்கள் அமைக்கப் போகும் செட் தத்ரூபமாக காட்சியளிக்க வேண்டும்" என்று விளக்கி முடித்தார்..

"கவலையே வேண்டாம் டாக்டர்!" இது எனக்கு புதிது அல்ல..நிறைய வரலாற்று தொடர்புடைய திரைப்படங்களுக்கும், தொலைக்காட்சி தொடர்களுக்கும் நான் தான் செட் அமைத்து கொடுத்து இருக்கிறேன். என்று சொன்னார் அந்த கலை இயக்குநர்.

குட்...அப்படியே, அந்த அறையில் இருவர் நிற்கும் அளவுக்கு சிறிய கண்ணாடி கூண்டு ஒன்றையும் செய்து வைக்க வேண்டும். அது உட்புறம் இருந்து பார்க்கும்

வகையிலும், வெளிப்புறம் இருந்து பார்த்தால் சுத்தமாக அங்கு அந்த கண்ணாடி கூண்டு இருப்பதே தெரியாத வண்ணம் இருக்க வேண்டும்.. ஆனால், நான் கூறும்போது நீங்கள் வெளிச்சம் போடும்போது மட்டும், அந்தக் கூண்டில் நின்று கொண்டிருப்பவர்கள் சில நொடிகள் மங்கலாக தெரியும் வகையில் இருக்க வேண்டும்!".

அதையும் செய்து விடலாம் டாக்டர்...

"வெரி குட்!"....இதற்கு உங்களுக்கு எவ்வளவு நேரம் பிடிக்கும்?

வாட்...நேரமா? நீங்கள் சொல்வது போல, அனைத்தையும் தத்ரூபமாக செய்து முடிக்க வேண்டும் என்றால், எப்படியும் ஒரு மாத காலம் பிடிக்கும்? நேரக் கணக்கில் இதை செய்து முடிப்பது முடியாத காரியம்!"

ஒரு மாத காலமா? அதற்கெல்லாம், இங்கே அவகாசம் கிடையாது!...நமக்கு இருப்பது இன்னும் இரண்டு தினங்கள் மட்டுமே...நாளை இரவு சிகிச்சைக்கான சோதனையை செய்து பார்க்க வேண்டும்..நாளைய மறுநாள், "நூறு வருடங்களுக்கு ஒருமுறை வரும், நிறைந்த சித்திரா பெளர்ணமி வருகிறது!". அன்று, நான் கட்டாயம், ஆதித்யாவுக்கு இறுதி சிகிச்சை அளித்தே ஆக வேண்டும்!" அதானால், நாளை இரவு ஒரு மணிக்குள் நான் கேட்ட அனைத்தும் தயாராக இருக்க வேண்டும்", என்று கண்டிப்புடன் சொன்னார் பிரான்சிஸ்...

"இப்போதே வேலையை தொடங்கினாலும், ஒரு நாளைக்குள் இதையெல்லாம், செய்து முடிக்க சாத்தியமே இல்லை டாக்டர்!..ஒருவேளை, நான் அப்படி செய்து முடித்தாலும், அது தத்ரூபமாக இருக்காது...என்று கையை பிசைந்தார் அந்த கலை இயக்குநர்

"முயற்சி செய்யுங்கள்!... முயன்றால் முடியாதது ஒன்றுமே கிடையாது! நாம் அனைவரும் ஒன்றுகூடி, ஒருவரின் உயிரைக் காக்க, வெகு சிரத்தை எடுத்து போராடிக் கொண்டிருக்கிறோம்!...அதில் உங்கள் பங்கும் இருக்கட்டுமே?...

சரிங்க டாக்டர்!...அப்படியென்றால், நான் இப்போதே அந்த இடத்தை பார்வையிட வேண்டும்... உடனே, "அதற்கான வேலையை தொடங்க வேண்டும்!...

"வெரி குட்" இதோ, எனது பண்ணை நிலத்தை பராமரிக்கும் வேலையாளை உங்களோடு அனுப்புகிறேன்!.. அவன், உங்களுக்கு தேவையான எல்லாவித உதவிகளையும் உடனிருந்து செய்வான்!. நான் ஏற்கனவே பண்ணை நிலத்து மாடுகளுக்கு செட் அமைக்க வேண்டிய உபகரணங்களை வாங்கி அந்த இடத்தில் வைத்து இருக்கிறேன்! அதனை வேண்டுமானால், பயன்படுத்திக் கொள்ளுங்கள்...உங்களுக்கு வேண்டிய பிரிண்டிங் மற்றும் பெயிண்டிங் வேலைக்கு இங்கிருந்து ஒரு கிலோ மீட்டர் தூரம் சென்றால் "லீ ராயல்" என்ற பெயரில் எனக்கு தெரிந்த பிரான்ஸ் நாட்டை சேர்ந்தவர்தான் நடத்திக் கொண்டிருக்கிறார். அந்த கடையை, உங்கள் தேவைக்கு, இரவு பகல் என எப்போது வேண்டுமானாலும் பயன்படுத்திக் கொள்ளுங்கள்!.. வேறு ஏதாவது, உதவிகள் வேண்டும் என்றாலும் தயங்காமல் கேளுங்கள்!" என்றார் பிரான்சிஸ்..

நல்லது டாக்டர்!...நான் புறப்படுகிறேன்..என்று சொல்லிவிட்டு அங்கிருந்து வேகமாக வெளியேறினார் கலை இயக்குநர்

சென்று வாருங்கள்!...என்று சொல்லி வேலையாளை உடன் அனுப்பி வைத்த டாக்டர் பிரான்சிஸ் "மறந்தும் கூட, எனது பண்ணை வீட்டுக்கு வரும் சாலையைப்

பயன்படுத்த வேண்டாம்! இதன் பின்புறமாக, ஏரிக்கரையை ஒட்டினாற்போல கிராமத்து வண்டிப்பாதை ஒன்று அங்கே இருக்கிறது. அதனை பயன்படுத்திக் கொள்ளுங்கள்" என்றார் டாக்டர்...

"அதை நான் கவனித்துக் கொள்கிறேன் ஐயா!... வேலைக்கு ஆட்கள் தேவை என்றால், எங்கள் கிரமாத்து ஜனங்கள் மொத்த பேரையும் கூட கூட்டி கொண்டு வந்துவிடுகிறேன்" என்றான் அந்த பண்ணை நிலத்தை பராமரித்து வருபவன்...

"வெரி குட்!"....நீங்கள் சென்று உங்கள் வேலையை தொடருங்கள்..என்று அவர்களை அனுப்பி வைத்தவர், அவரோடு இருந்த நீலகண்டனை உடன் அழைத்துக் கொண்டு அவரது வீட்டிற்குள் நுழைந்தார்..

அப்போது நீலகண்டன் "உங்களின் ஏற்பாடு எந்த அளவுக்கு கை கொடுக்கும் என்று நம்புகிறீர்கள்? என்று கேட்டார்...

""நம்பிக்கைதான் வாழ்க்கை!"" என்ற முதுமொழிதானே, உங்கள் தமிழக மக்களின் பழமையான நம்பிக்கை!". பிறகென்ன, "நாமும் நம்புவோம்! நல்லதே நடக்கும்" என்று சொல்லிவிட்டு சிரித்தார் பிரான்சிஸ்

"என்னமோ! எல்லாம் சரியாக நடந்துவிட்டால், திருப்பதி சென்று ஒரு மொட்டையை போட்டுவிட்டு, அந்த ஏழுமலையானை தரிசனம் செய்துவிட்டு வந்தவிட வேண்டும்" என்று சலிப்பாக சொன்னார் நீலகண்டன்...

"கவலை வேண்டாம்" உங்களின் பிரார்த்தனை நிச்சயம் நிறைவேறும். என்ற பிரான்சிஸ் "ஆதித்யாவின் மனைவி மற்றும் குழந்தைகள் வந்துவிட்டார்களா? என்று கேட்டார்..

"வந்து விட்டார்கள்!...அவர்கள், பத்திரமாக அருகே இருக்கும், ஒரு ஓட்டலில் தங்கவைத்து இருக்கிறேன்!"..

வெரிகுட்...ஆதித்யாவுக்கு எடுக்க வேண்டிய பைனல் டெஸ்ட்கள் அனைத்தும் எடுத்து முடித்து விட்டீர்களா?

ஆம்..அதனையும் செய்துவிட்டேன்.."ரிப்போர்ட் கூட வாங்கியாயிற்று!...

குட்...இப்போது, அவரின் ஹார்ட் பீட் சீராகத்தானே இருக்கிறது?

எஸ் டாக்டர்...முதலில் இருந்த நிலைக்கும், இப்போது நாம் கொடுத்து வரும் மருந்தினை உட்கொண்ட பிறகு எடுத்த டெஸ்ட்டுக்கும் நிறைய வித்தியாசம் தெரிகிறது.... அதனால், ஹார்ட் பீட் மிகச் சீராகவே இருந்து கொண்டிருக்கிறது!"...

"சரி"... நீங்கள் கிளம்பி, ஆதித்யாவை சென்று பார்வையிட்டு விட்டு, வழக்கமான சோதனைகளை மேற்கொண்டு முடித்து, உங்கள் ரூமுக்குச் சென்று ஓய்வெடுத்துக் கொள்ளுங்கள்!".."நானும் சென்று ஓய்வு எடுக்கிறேன்!"..

சரிங்க டாக்டர்...

ம்..கேட்க மறந்துவிட்டேன்...கூடுதலாக உதவியாளர்களை வரவழைக்க கேட்டு இருந்தேனே? என்ன ஆயிற்று?

தேவையான ஆட்களை, எனது சென்னையில் இருக்கும் மருத்துவ மனையில் இருந்து வரவழைத்து இருக்கிறேன்!...

"நல்லது"..நீங்கள் செல்லுங்கள்.."நாளை சந்திப்போம்!"... என்று சொல்லிவிட்டு, தமது அறைக்குள் சென்று, கதவினை சாத்தினார் டாக்டர் பிரான்சிஸ்..

# அத்தியாயம் - 29

"விசேஷ சித்திரா பௌர்ணமி இரவில் உதித்திருந்த பூரண சந்திரனின் பால் ஒளிக் கற்றைகள் பூமி முழுவதும் விழுந்து பரவிக் கிடந்தது! "இதுபோன்று, நூறு வருடத்துக்கு ஒரு முறை வரும் தினம் "தனித்துவமும், சிறப்பும்" வாய்ந்ததாக ஆன்மீக நம்பிக்கைக் கொண்ட மக்களால் தீர்க்கமாக நம்பப்படுகிறது!"

ஆனால், தன் கண் முன்பாக விரிந்து கிடந்த அந்தக் காட்சிகளை "நம்புவதா? நம்ப மறுப்பதா? என்று ஆதித்யாவின் சிந்தை அந்நேரம், வெகுவாக கலங்கி இருந்தது!..

அவனை, மேற்கொண்டு எழுந்து அமரக்கூட, சக்தியற்றவனாக மாற்றியிருந்தது டாக்டர் பிரான்சிஸ் உள்செலுத்தியிருந்த மருந்தின் தாக்கம்"...

"அவனது விழிகள் அரைத் தூக்க நிலையிலேயே இருந்தது!. அவனது கிட்டப்பார்வையும், தூரப்பார்வையும் இரண்டுமே மங்கலாக தெரியத் தொடங்கியது!.

அவன் திமிறியபடி, தமது முழு பலத்தையும் சேகரித்து, அவன் படுத்துக் கொண்டிருந்த கட்டிலில் இருந்து எழ முற்பட்டான்!..

ஆனால், அவனால், அவனது கை கால்களைக் கூட சரியாக தூக்க முடியாமல் இருந்தது!..

பிறகு, மெல்ல விழிகளை கூர்தீட்டி சுற்றும் முற்றும் அவனதுபார்வையைச் செலுத்தினான்!..

அவனால், அவனது கண்களையே உறுதியாக நம்ப முடியாமல் போனது"..அவன், இப்போது இருப்பது, அவன் எந்த இடத்துக்கு கனவில் சென்று சேருவதற்காக, இத்தனைக்காலம் மெனக்கிட்டு கொண்டு இருந்தானோ!" அதே இடம்..போதாக்குறைக்கு, அருவியில் வீரமர்த்தினி நீராடிக் கொண்டும், அவள் முன்னமே பாடிய அதே பாடலை முணுமுணுத்தும் கொண்டிருந்தாள்!"..

அந்தக் காட்சிகள் எல்லாம் ஆதித்யாவை திகைப்புறச் செய்தன..

அவளின் முகத்தை, தெளிவாகப் பார்க்க எவ்வளவோ பிரம்மப்பிரயத்தனம் செய்து பார்த்தான்!. ஆனால், "அது முடியவில்லை"..அவள், மங்கலாகவே தெரிந்தாள்!".

மீண்டும் ஒருமுறை, அவனைச் சுற்றியிருந்த காட்சியை உற்று நோக்கலானான்..

அவன், "ஏற்கனவே கனவில் கண்ட அதே இடம்தான்! ..சற்றும் மாற்றம் தெரியவில்லை..போதாகுறைக்கு அதை உறுதி படுத்தும் வகையில் வீரமர்த்தினி அதோ நீராடிக் கொண்டிருக்கிறாள், எனது குதிரையும் அந்த அருவியில் தண்ணீர் குடித்துக் கொண்டிருக்கிறது!....

ஆண்டாவா! நான் நினைத்தது நிறைவேறி விட்டதா?, நான், இப்போது இருப்பது எனது கனவிலா? தொட்டு, கிள்ளிப் பார்த்து, அதனை உறுதிபடுத்த, நமது உடம்பில் சொட்டு பலம் கூட இல்லையே? இனியும் இது குறித்த ஆராய்ச்சியில் நேரம் கடத்த வேண்டாம். "ஆக", இது நிச்சயம் கனவுதான்!..நான் எனது கனவுக்குள்தான் சஞ்சரம் செய்து கொண்டிருக்கிறேன்!"..இனி ஆக வேண்டிய காரியத்தைப் பார்ப்போம்" என்று யோசித்தான் ஆதித்யா!

இன்னும் சில நொடிகளில், எப்படியும் வீரமர்த்தினி என்னை குருவாளோடு நெருங்கக் கூடும், அவள் என்னைக் கொல்ல, குறுவாளை ஓங்க வேண்டும்!".. அதுதானே நமக்கு கனவில் நடந்த சம்பவம்?....ஆம்.. அதுதான் சரி..நான் இப்போது கனவின் விளிம்பு நிலைக்கு சற்று முன்பாக வந்து இருக்கிறேன்..ஒருவேளை, பழையபடி அந்த நாகினியின் கையில் சிக்கி, சதிக்கு உட்பட்டால் நான் மீண்டும் கொல்லப்படுவேன்...எனது கனவும் வழக்கம்போல கலைந்து விடும்!"... இம்முறை, அதுபோன்று, நடக்கக் கூடாது!.."கவனத்தோடும், எச்சரிக்கையோடும் செயல்பட வேண்டும்!"

"சில வினாடிகள் பொறுத்துப் பார்ப்போம்!"..இதெல்லாம் நடக்கிறதா என்று..? என்று யோசனை செய்த ஆதித்யா, அப்படியே அவனது தலைக்கு மேல் இருந்த விட்டத்தை நோக்கினான்!"..

"தனது தலைக்கு மேலாக தெரிவது பறந்து விரிந்த ஆகாயம்தான்!.. ஆனால், இரவில் மின்னும் பிரகாச விண்மீன்கள், ஏன் ஒளி மங்கி வீசிக் கொண்டிருக்கிறது?" என்ற நினைவோடு, அவற்றை சில நொடிகள் கூர்ந்து நோக்கத் தொடங்கினான்.

"அப்போது... "பூரண நிலவு அந்த இடத்துக்கு மெல்ல, மெல்ல தலைக் காட்டத் தொடங்கியது!". அதை கூர்ந்து நோக்கியபோது, அது பளிச்சென்று பெரும் ஒளியோடு பிரகாசிக்கத் தொடங்கியது! அடுத்தகணம் இருட்டடித்தது!

மீண்டும், அந்த ஒளி தோன்றிய இடத்தை நோக்கி, கூர்ந்து நோக்கினான் ஆதித்யா..

அங்கே மீண்டும் நிலவு தெரிந்தது. இம்முறை அத்தகைய கண்ணைப் பறிக்கும் பிரகாசம் இல்லாமல், இயல்பாக காய்ந்து கொண்டிருந்தது!".

அந்த வெளிச்சத்தின் துணையோடு தமக்கு தம்மைச் சுற்றியிருந்த காட்சிகளை நோக்கினான் ஆதித்யா.. இம்முறை அங்கே அருவியில் குளித்துக் கொண்டிருந்த வீரமர்த்தினியை அங்கே காணவில்லை..அவளின் பாடும் சத்தமும் கேட்கவில்லை..ஆனால், அவனது குதிரை மட்டும் இருந்த இடத்திலேயே இன்னமும் தண்ணீர் குடித்துக் கொண்டிருந்தது..

மீண்டும் அவனுக்குள் கலக்கம் பிறந்தது...எங்க சென்று இருப்பாள்? சற்று முன்புதானே, அவளையும், அவளின் பாடலையும் கேட்டோம்!" என்ற குழப்பத்தில் மீண்டும் விட்டத்தில் தெரிந்த நிலவினை நோக்கினான்..

சற்று நேரத்தில், வீரமர்த்தினியின் அழகிய முகம் அந்த நிலவில் தெளிவாக தெரிந்தது!"...அதைப் பார்த்த அடுத்தகணம், அவனுக்குள் ஒரு உற்சாகம் பீறிட்டது!".. அவனது இதயத் துடிப்பும், பன்மடங்கு எகிறத் தொடங்கியது!... அடுத்த சில வினாடிகளில் அந்த உருவம் மறைந்து டாக்டர் பிரான்சிஸ் தோன்றி "அதிக உணர்ச்சி வசமும், அதீத பதற்றமும் கொள்ளக் கூடாது! மீறினால், அனைத்தும் பாழாய் போகும்" என்று, எச்சரிப்பதைப் போன்ற தோற்றத்தோடு, அவரது உருவமும் அவன் கண் முன்னே சில நொடிகள் வந்து போனது"!

அதன் தொடர்ச்சியாக, "மீண்டும் வீரமர்த்தினி, நாகினி, வம்ப நாட்டு வேந்தன், அவனின் மைந்தன், யாழினி மற்றும் அவனின் குழந்தைகள்" என அனைவரும் தோன்றி, தோன்றி மறைந்து கொண்டிருந்தார்கள்...

அடுத்த சில வினாடிகளில், அந்த உருவங்கள் அனைத்தும் மறைந்து போயிருந்தது!..மீண்டும், ஒளி குறைந்த அந்த நிலவு பழையபடி வீசிக் கொண்டிருந்தது"

ஆதித்யா மீண்டும் அந்த விட்டதை இப்போது கூர்ந்து நோக்கத் தொடங்கினான்....

அப்போது, "அந்த நிலவு, அதிக ஒளிக்கூட்டி, பளிச்சென்ற வெளிச்சத்தைக் கக்கியது!". அதைப் பார்த்தவன், விழிகள் சட்டென்று நிலை குலைந்தன!.. அந்த திடீர் தாக்குதலை சமாளிக்க, அவன் பார்வையைத் அக்கம் பக்கம் திருப்பினான்!..அவன் தலையில் பாறையை கிடத்திய கணக்காய் தவித்தான்..துடித்தான்..

ஆனால், அவனால் எதையும் பார்க்க முடியவில்லை... எங்கும் கும்மிருட்டு சூழ்ந்து இருப்பதாக தோன்றியது"...

"ஆதித்யாவின் கண்கள் சொக்கியது! அப்படியே அவன் ஆழ்ந்த தூக்கத்துக்குள் பிரவேசம் செய்யத் தொடங்கினான்!.....அவனது உடலில் எந்த அசைவும் இல்லை!"

ஒரு கால் மணி நேரம் கடந்திருந்த வேளையில், "இப்போது, மீண்டும் அருவியில் இருந்து கொட்டும் நீரின் வேகம் அதிகரித்த ஓசை எழும்பியது"!..

"அந்த ஓசையைக் கேட்ட ஆதித்யாவிடம் இருந்த அடுத்த நொடியே அசைவு உண்டானது! அதன் காரணமாக, அவனுக்குள் ஒரு உறுதி பிறந்தது!" அதாவது, நாம் நினைத்த சரியான கனவுக்குள் வந்துவிட்டோம்.... கண்டிப்பாக நாம் வீரமர்த்தினியை சந்திக்கப் போகிறோம்".. அப்படியே, "அவளுக்கு செய்து கொடுத்த சத்தியத்தையும் நிறைவேற்றப் போகிறோம்" நமது ஆசையும் நிறைவேறப் போகிறது" ஆகவே, அவரசம் கொள்ளாமல், பொறுத்திருந்து காரியத்தை சாதிப்போம்"" என்று நினைத்து மிகுந்த உற்சாக நிலையில் அவனது உணர்வுகள் மகிழ்வில் பெருக்கெடுத்து திளைத்தது!

அடுத்த நொடியே, அவனின் மூளைக்குள் "காமா அதிர்வலைகளும்" சமகாலத்தில் எழத் தொடங்கின.

"இரவு இரண்டு மணிக்கு தொடங்கிய சிகிச்சை விட்டுவிட்டு, இப்படியாக, தொடர்ந்து, இரவு மூன்றரை மணி வரை நீடித்ததுக் கொண்டிருந்தது!"..

"தொடர் சிகிச்சைக்கு ஆட்பட்டு கிடந்த ஆதித்யா, பெட்டில் புழுவைப் போல துடி துடித்துக் கொண்டிருந்தான்!"

அப்போது, அந்த அரங்கின் வெளியே அமைக்கப்பட்டிருந்த, இரகசிய அறையில் பிரான்சிஸ் அருகில் உட்கார்ந்து கொண்டிருந்த நீலகண்டன் "டாக்டர் ஏன் இப்படி செய்கிறீர்கள்? இதையெல்லாம் பார்க்கும்போது எனக்கே சற்று சங்கடமாக இருக்கிறது! இப்படி ஒரு மனிதனை கொடுமைப்படுத்தி, சித்ரவதை செய்துதான் அவருக்கு சிகிச்சை அளித்து குணப்படுத்த வேண்டுமா? மாற்று வழி எதுவும் இல்லையா? என்று வருத்தம் கலந்த குரலில் கேட்டார்..

அதே கேள்வியை அவரிடம் கேட்க வேண்டும் என்று எண்ணியபடி, கண்ணீரோடு, அவர்கள் பக்கத்தில் நின்று கொண்டிருந்த யாழினியின் பார்வையும் இப்போது பிரான்சிஸ் மீது விழுந்தது"

உங்கள் கோபம் புரிகிறது!...அதே வேளையில், உங்களுக்கு இருக்கும் கரிசனத்தை விட எனக்கு பேஷண்ட் ஆதித்யா மீது அதிக சிம்பத்தி இருக்கிறது!"... ஆனால், என்ன செய்வது? முதலில், ஒன்றை புரிந்து கொள்ளுங்கள்!...."இது சித்ரவதை அல்ல, சிகிச்சையில் ஒரு முறை!"..அதாவது, ஆதித்யாவின் ஆழ்மனதை, முதலில் நாம் அலசி குலுக்கி விட வேண்டும்!".. அவருக்குள் இருக்கும், அசைக்க முடியாத நம்பிக்கையை நாம் சீர் குலைக்க வேண்டும்..அதைத்தான் நான் இப்போது செய்து கொண்டிருக்கிறேன்!"..

"சற்று விளக்கமாக கூறுங்களேன்..

சொல்கிறேன் கேளுங்கள்!..." நிஜம் எது? கனவு எது? நினைவு எது? என்ற முப்பரிமாண குழப்பத்தில், இப்போது, ஆதித்யாவின் மனம் உழன்று கொண்டிருக்கிறது!... முதலில், அவருக்கு, அதற்குண்டான தன்மையை உணர்த்த வேண்டும்!"...அதன்படி, ஆதித்யாவின் நிஜம் இந்த உலகம், அவரது மனைவி மக்களோடு வாழும் வாழ்வு!"... அடுத்தது, அவரின் கனவு "அதாவது அவரது பிரச்சனைக்கு காரணமான அந்த ஒரே தொடர் கனவு, அதில் அவர் அந்த பெண்ணுக்கு செய்து கொடுத்த சத்தியம்! இறுதியாக, அவரின் நினைவு!" இந்த நிஜ உலகில் இருப்பதா? இல்லையென்றால், அந்த கனவுலகிலேயே நிரந்தரமாக தங்கிவிடுவாதா? என்ற குழப்ப நிலைமை.... இந்த மூன்றையும், "அவருக்கு ஒரே நேரத்தில் புரிய வைக்க வேண்டும் என்றால்", அவரின், ஆழ்மன எண்ணங்களை நிம்மதி கொள்ள விடாமல் அலைக்கழித்துக்கொண்டே இருக்க வேண்டும்!...அப்படி செய்தால் மட்டுமே, அவர், இதுவரை சேமித்து வைத்திருக்கும் நினைவலைகளை, ஓடவிட்டு பார்க்க முடியும். அதனால், அவருக்குள் இரகசியமாக தேங்கியிருக்கும் எண்ணங்களும் வெளிப்படும் வாய்ப்பு கிட்டும்"! இறுதியாக, இந்த மூன்றும், ஒரே நேரத்தில், சம விகிதத்தில் அவரின் சிந்தைக்குள் ஏற்ற வேண்டும்!"...இந்த மூன்றில் எது சரி? எது தவறு? என்று முடிவெடுக்க முடியாமல், ஒரு முடிவுக்கு வர முடியாமல், நம்மைப்போன்ற இயல்பான மனிதர்கள் நல்ல நிலையில் சிந்தித்து ஒரு முடிவினை எடுக்கும் நிலைக்கு அவர் தள்ளப்பட வேண்டும்" . எனவேதான், அவரை இப்படி சித்ரவதைக்கு உள்ளாக்க வேண்டிய நிர்பந்தம் எனக்கு இருக்கிறது!" சில வேளைகளில், மனித மூளை, சரியான நேரத்தில் எச்சரிக்கை மணி அடித்து, தமக்கு வரும் ஆபத்தை உணர்த்த உஷார் படுத்தினாலும், அதையெல்லாம், நமது ஆழ்மனமும்,

தேங்கிய உணர்வுகளும், உளவியல் ரீதியாக பாதிப்புக்கு உள்ளாகியவர்களுக்கு, அதையெல்லாம் உதாசீனம் செய்யும் மனநிலையே உருவாகும்!" அவர்கள் விரும்பும் அந்த கற்பனை உலகத்தில் இருந்து வெளியே வர அவர்கள் ஒருபோதும் மெனக்கிடவே மாட்டார்கள் என்பதுதான் நிதர்சனம்!" என்று சொன்னார் பிரான்சிஸ்..

"அப்பப்பா!"...இவ்வளவு விஷயங்கள் இதில் இருக்கிறதா? சரிங்க டாக்டர்..நான் உங்களைத்தான் கடவுள்போல நம்புகிறேன்!. அடுத்து என்ன செய்யப் போகிறோம் டாக்டர்?...இந்த சிகிச்சை, இத்தோடு முடிந்ததா? இல்லை இன்னமும் தொடருமா?

"விடியற்காலை ஐந்து மணிவரை இப்படியே விட்டுவிட்டு செய்து வாருங்கள்! ..அவருக்கு திடஉணவுகள் எதையும் கொடுக்க வேண்டாம்!"..குடிக்க பழரசம் மட்டும், மணிக்கொரு தரம் கொடுத்துக் கொண்டிருங்கள்!. நான் ஆலோசனை கூறியபடி, அனைத்து ஊசியையும் காலம் தவறாமல் செலுத்தி வாருங்கள்!.. உங்கள் குழுவை வைத்து, நன்றாக அவரை கண்காணியுங்கள்!...நினைவிருக்கட்டும், ஆதித்யாவை, அரை மணிக்கு நேரத்துக்கு மேலாக, ஒருபோதும் உறங்க விடக் கூடாது!" அந்தக் காட்சிகள், ஒலிகளை எழுப்பியபடி, நீங்கள் தொடர்ந்து தொந்தரவு செய்துகொண்டே இருக்க வேண்டும்!"

ஏன் டாக்டர்? அதைத்தான் நானும் கேட்க வேண்டும் என்று நினைத்துக் கொண்டிருந்தேன்! அப்படி செய்வதால் என்ன பயன்? என்றார் நீலகண்டன்..

அதில்தான், "எல்லாமுமே அடங்கி இருக்கிறது!" அவர், ஒருபோதும் ஆழ்ந்த உறக்கத்துக்கு செல்லக்கூடாது.. ஒருவேளை அப்படி உறங்கினால், அவருக்கு கனவு வரக் கூடும்...அதற்கான வாய்ப்புகள் நிறைய இருக்கிறது! அப்படி, கனவு வந்து தொலைத்துவிட்டால், நாம்

மெனக்கிட்டு கொண்டிருக்கும் அனைத்தும் நாசமாகி விடும்!"... ஆதித்யாவுக்கு உண்மை தெரிந்துவிட்டால், பிறகு அவரை கடவுளே வந்தாலும் காப்பாற்ற முடியாது"! அவர், இப்போது இருப்பது ஏதோ ஒரு பொறியில் என்பதை கண்டுபிடித்துவிட்டால்,...பிறகு, எல்லாமே சர்வ நாசமாகிவிடும்!" என்றார் பிரான்சிஸ்

புரிகிறது டாக்டர்..நான் கவனித்துக் கொள்கிறேன்... உண்மையில் இப்போது ஆதித்யா இருந்து கொண்டிருப்பது கனவிலா? நிஜத்திலா?

அதற்கான விடையை, ஆதித்யாதான் நமக்கு சொல்ல வேண்டும்!" கண் மூடினாலும் அதே காட்சிதான், கண்ணைத் திறந்தாலும் அதே காட்சிதான்..எது எப்படியோ, மொத்தத்தில் அவர் விரும்பிய உலகில் இருந்து கொண்டிருக்கிறார்" என்று சொல்லிவிட்டு மெல்லிய புன்னகை ஒன்றை உதிர்த்தார் டாக்டர் பிரான்சிஸ்!..

சரிங்க டாக்டர்..எப்போது நாம் அவரை நிஜ கனவுக்குள் அனுப்பி வைப்பதற்கான இறுதி சிகிச்சையை தொடங்கப் போகிறோம்.?..

நாளை மறுதினம்...

ஓகே..டாக்டர்...

நான் ஒரு முக்கிய காரியமாக மீண்டும் கொல்லிமலைக்கு செல்ல வேண்டும்...நாளை காலை புறப்பட்டுச் சென்று, நாளைய இரவுக்குள் பாண்டிச்சேரிக்கு திரும்பி விடுவேன்...ஆகையால், ஆதித்யாவை நீங்கள் உடனிருந்து கவனமாக பார்த்துக் கொள்ளுங்கள்" என்று சொல்லிவிட்டு அங்கிருந்து கிளம்பினார் டாக்டர் பிரான்சிஸ்...

# அத்தியாயம் - 30

அடுத்த நாள் மதிய வேளையில் அந்த பண்ணைவீட்டின் முன்பாக ஒரு கார் வந்து நின்றது..

அதிலிருந்து மித்ரன் கீழே இறங்கினான்..

அந்த நேரம், அருகிலிருக்கும் கடைக்குச் செல்ல வெளியே புறப்பட்ட யாழினியின் கார் அப்போது பண்ணை வீட்டிலிருந்து வெளியே வந்தது..அவளின் பார்வை மித்ரன் மீது விழுந்தது...

உடனே காரை நிறுத்தச் சொல்லிவிட்டு இறங்கிச் சென்று அவனை அனுகியவள், "மித்ரன் அண்ணா!.... நீங்களா? இந்தக் காயத்தோடு, இங்கே ஏன் வந்தீர்கள்? எல்லாம் சரியான பிறகு வந்திருக்கலாமே? என்று அவனைப் பார்த்து கேட்டாள் யாழினி..

"எனக்கு ஒன்றும் இல்லை யாழினி!.. இப்ப ஓகே.. தான்..."நல்ல வேளை, யார் செய்த புண்ணியமோ, தலையில் பலத்த பெரிய காயம் ஒன்றும் இல்லை!.. எல்லாம் லேசான அடிதான்....ஆதித்யாவின் நிலைமையை கேள்விப்பட்ட பிறகு, என்னால் எப்படி நிம்மதியாக அங்கே மருத்துவ மனையில் படுத்துக்கிடக்க முடியும்? அதான், கிளம்பி நேரிலேயே வந்துவிட்டேன்!"....அது சரி ஆதித்யா எங்கே? இப்போது நான் அவனை பார்க்க முடியுமா?

ம்...பார்க்கலாம்...வாருங்கள் என்று சொல்லிமுடித்து, அவனை வீட்டிற்குள் அழைத்துச் சென்று வராந்தாவில் உட்கார வைத்து காபி போட்டுக் கொடுத்தாள்...

அண்ணா! "அவரை யாரும் சந்திக்கச் செல்லக்கூடாது என்பது டாக்டர் பிரான்சிசின் கண்டிப்பான உத்தரவு! எதற்கும், "எனது சித்தப்பா டாக்டர் நீலகண்டனிடம் கேட்டுப் பார்க்கிறேன்." என்று அவரை போனில் தொடர்பு கொண்டாள் யாழினி...

மறுமுனையில், பேசிய நீலகண்டன் "கண்டிப்பாக, யாரும் அந்த புதிய அரங்கின் அருகில் செல்வதோ, அல்லது அவரைப் போய் அரங்கில் சந்திப்பதோ, கூடாவே கூடாது" என்று தீர்க்கமாக எச்சரித்தார்..

அதனை மித்ரனிடம் தெரிவித்தவள், "இன்னும் ஒரிரு தினங்கள் மட்டும்தான் சிகிச்சை இருக்கும்!. அதற்குப் பிறகு, அவர் நிச்சயம் பூரண குணம் அடைந்துவிடுவார்!.."அப்போது பார்த்துக் கொள்ளலாமே" என்று வேண்டுகோள் விடுத்தாள் யாழினி....

"சரிம்மா.. யாழினி!"..அதனால ஒரு பிரச்சனையும் இல்ல..அவன் சரியாக வந்தா அதுவே எனக்குப் போதும்" நான் இங்கே அருகில் இருக்கும் மருத்துவமனையில் சேர்ந்து சிகிச்சை பெற்று முடித்துவிட்டு, மீண்டும் நாளை இரவு உன்னை வந்து சந்திக்கிறேன்!..நான் இன்னும் இரண்டு இல்லைனா மூணு நாளைக்கு பாண்டிச்சேரியிலதான் இருப்பேன்!"உனக்கு, எந்த உதவி வேணும்ம்னாலும், தயங்காம என்னைக் கூப்பிடு!" என்று சொல்லிவிட்டு அங்கிருந்து கிளம்பினான் மித்ரன்...

அவன் போன சற்று நேரத்தில், டாக்டர் பிரான்சிஸ் யாழினிக்கு கால் செய்தார்..

"சொல்லுங்க டாக்டர்!"..

உங்கள் கணவரின் நிலை என்ன? நீலகண்டன் ஏதாவது தெரிவித்தாரா?

"இல்லையே டாக்டர்"..

அவர் இப்போது எங்கே இருக்கிறார்?

எனது கணவருக்கு, "சிகிச்சை அளிக்கும் அறைக்கு சென்று இருக்கிறார்!"..

"சரி"..நான் கேட்கும் கேள்விக்கு, எதையும் மறைக்காமல் உண்மையாக பதில் சொல்ல வேண்டும்!"..

கேளுங்கள் டாக்டர்...சொல்கிறேன்..

உங்களுக்கு மறுமணம் செய்ய உங்கள் பெற்றோர்கள் நடவடிக்கை எடுத்துக் கொண்டிருப்பது உண்மையா?

ஆம்..டாக்டர்!..."அது உண்மைதான்!"...

அது, உங்களுக்கு சம்மதமா?

"என்ன இப்படி கேட்டு விட்டீர்கள்?" எனக்கு, ஏற்கனவே திருமணம் ஆகி, இரண்டு பிள்ளைகள் இருக்கிறார்கள்!.. அத்தோடு, எனது கணவரும் உயிரோடுதான் இருக்கிறார்!. அவருக்கு குணப்படுத்த முடியாத மனநோய் பீடித்து, உளவியல் ரீதியாக துன்புற்றுக் கொண்டிருப்பது யாவரும் அறிந்தது தானே? அதனால், அவர்களின் பெண்ணின் வாழ்க்கையை குறித்த கவலை, பெற்றோர் ஸ்தானத்தில் இருக்கும் எல்லோருக்கும் இருப்பது இயல்புதானே? அதனால், அவர்கள் ஏதாவது இப்படி கிறுக்குத் தனமாக செய்து கொண்டிருக்கலாம்,... ஆனால், இதில் எனக்கு துளியும் விருப்பம் கிடையாது டாக்டர்!..."மறுமணம் என்ற பேச்சுக்கே எனது வாழ்வினில் இடம் கிடையாது"..என்று உறுதியாக சொன்னாள் யாழினி..

"நிச்சயமாகத்தான் கூறுகிறாயா?

ஆம்..டாக்டர்! நூறு சதவிகிதம் உறுதிபடக் கூறுகிறேன்..

"உன்னை, உங்கள் கணவர் கொல்ல முயன்று இருக்கிறார்!"..அத்தகைய மனிதரை நம்பி, எப்படி இனியும்

மீண்டும் அவரோடு ஒன்று சேர்ந்து வாழ முடியும்?" என்று உனது பெற்றோர்கள் நினைத்து, அதற்காக உன் மீதான நல்ல அக்கறையில், அவர்கள் மறுமணம் செய்துவைக்க நினைப்பதில் தவறு ஒன்றும் இல்லைதான்..அதை ஒப்புக் கொள்கிறேன்..இருப்பினும்?

"டாக்டர்..இனிமேல் இதுகுறித்து எதுவும் பேச வேண்டாமே!" எனது கணவர் மிகவும் நல்லவர்!..அவரை, "நான் காதலித்துதான் திருமணம் செய்துகொண்டேன்".. அவர், என் மீது வைத்திருக்கும் அன்பு கடலைப் போன்றது!..அது, அடுத்தவர்களுக்கு புரிய வேண்டும் என்ற அவசியம் இல்லை"..அவர், உயிருக்கு உயிராக நேசிக்கும் என்னையே கொலை செய்ய முயன்று இருக்கிறார் என்றால், பாவம், "இந்த உளவியல் ரீதியிலான வியாதியில் சிக்கி எவ்வளவு கொடுமையை அனுபவித்துக் கொண்டிருக்கிறார்" என்று, அவர் மீது, அதிக அன்புதான் உருவாகிறது!"..எக்கணத்திலும்,"அவர் மீது, எனக்கு கொஞ்சம் கூட கோபமோ, வெறுப்போ உண்டாகவில்லை"..என்று அழுதபடியே சொன்னாள் யாழினி..

"வெரி குட்" நான் கூற வந்த விஷயம் வேறு..உனக்கு அவர் மீது வெறுப்பு உண்டாகாமல் இருந்து இருக்கலாம்... ஒருவேளை, "அந்த கோபமும், வெறுப்பும் உங்கள் சித்தப்பா டாக்டர் நீலகண்டனுக்கு உண்டாகி இருந்தால்?

என்ன சொல்கிறீர்கள் டாக்டர்..?

நான் முன்னமே கூறிய ஆலோசனையை நன்றாக நினைவில் கொள்..இப்போது நான் கூறுவது கூட ஒரு யூகத்தின் அடிப்படையில்தான்.."தேவை என்றால், உனது நிழலைக் கூட சந்தேகம் கொள்!" அதனால், தவறு ஒன்றும் இல்லை" முடிந்தால், உடனே, ஆதித்யா

இருக்கும் அரங்குக்கு செல்"என்று சொல்லிவிட்டு போனை துண்டித்தார் டாக்டர் பிரான்சிஸ்...

அவர், அப்படி சொல்லியதின் அர்த்தம் புரியாமல், பலவித யோசனையோடு சில வினாடிகள் குழம்பியபடி நின்றாள்!".

உடனே, சட்டென்று உதித்த யோசனையால் "மித்ரனுக்கு போன் போட்டாள்"

போனை எடுத்தவன், சொல்லுமா யாழினி! நான் இன்னமும் பண்ணை வீட்டின் கேட்டின் முன்புறம்தான் காரில் அமர்ந்து கொண்டிருக்கிறேன்!..சாப்பிட செல்வதாக, சொல்லிவிட்டு சென்ற டிரைவருக்காக காத்திருக்கிறேன்" என்றான் அவன்.....

உள்ளே வாங்க அண்ணா!. டாக்டர் பிரான்சிஸ், நீங்கள் அவரைப் பார்க்க சம்மதம் கொடுத்து இருக்கிறார்".என்று பதைபதைப்போடு சொன்னாள்..

அடுத்த சில நிமிடங்களில், அங்கு வந்த மித்ரனை அழைத்துக் கொண்டு, ஆதித்யா இருந்த அரங்கை நோக்கி வேக வேகமாக நடந்தாள் யாழினி..

அப்போது, யாழினியின் உள்ளத்தில் பலவித சிந்தனைகள் உழலத் தொடங்கியது!

"எதற்காக, டாக்டர் பிரான்சிஸ் அப்படி கூறினார்? ஒருவேளை, "எனது சித்தப்பா டாக்டர் நீலகண்டன், எனது கணவரை கொல்ல ஏதாவது சதி செய்கிறாரோ? அப்படி செய்பவராக இருந்து இருந்தால், அவர் இவ்வளவு மெனக்கிட்டு, ஏன் அனைத்தையும் செய்து கொண்டிருக்க வேண்டும்? குறிப்பாக, எனது கணவர் எப்படி டாக்டர் பிரான்சிசின் கட்டுப்பாட்டில் மகுடிக்கு கட்டுப்பட்ட பாம்புபோல அடைபட்டு கிடக்க வேண்டும்? என்றெல்லாம் நினைத்து குழம்பினாள் யாழினி..

"இதற்கெல்லாம், விடை எதுவும் கிடைக்காமல் போகவே, குழப்பத்தின் உச்சிக்கே சென்றாள் யாழினி..

அதற்கெல்லாம், ஒரே பதில், "நான் மட்டுமே", என்று பதில் சொல்வது போல, அந்த பண்ணை நிலத்தில், ஆங்கங்கே, இரகசியமாக பொருத்தியிருந்த சி.சி டிவி கேமராக்கள் அவளைப் பார்த்து அகத்தே புன்னகைத்தன!

# அத்தியாயம் - 31

"அன்றைய சித்திரா பௌர்ணமியின் விஷேச முழு நிலவாள், நடுவானை நோக்கி நகரத் தொடங்கினாள்! அதன் பால் நிற வெளிச்சம் பரிபூரணமாக பரவி, முற்றிய நெற்கதிர்கள் போல, பூமியெங்கும் எங்கும் விளைந்து கிடந்தது!."

"ஆதித்யா படுத்துக்கிடந்த அறையில், ஏற்கனவே இருந்த சிறு சிறு குறைகள் மற்றும் தேவையான, சிறு சிறு மாற்றங்களை உடனிருந்து ஆர்வத்தோடு செய்து வந்தார், அந்த திரைப்பட கலை இயக்குநர்..

அதற்கு காரணம், ஆதித்யாவின் வினோத உளவியல் நோய் பிரச்சனை அனைவரையும் ஆர்வம் கொள்ளச் செய்தது!. அத்தோடு, அவர் இதிலிருந்து எப்படி மீண்டு வரப் போகிறார்? என்ற எதிர்பார்ப்பும் அனைவரையும் வியப்பில் ஆய்த்தியதே காரணமாக இருந்தது!"..

.அதாவது, ஆதித்யா குணமாகி, மீண்டு வருவாரா? அல்லது வராமல் போவாரா? என்ற எதிர்பார்ப்பு, அங்கிருந்த அனைவரின் உள்ளத்திலும் ஒருவித எதிர்ப்பார்ப்பை உண்டாக்கி இருந்தது!"....

கனத்த இதயத்துடன், "அந்த அரங்குக்குள் நுழைந்த டாக்டர் பிரான்சிஸ்...மிஸ்டர் நீலகண்டன்! "எல்லாம் தயார் தானே? என்றார்"

"எஸ்..டாக்டர்!" அனைத்தும் தயார்...ஆரம்பிக்கலாம்! என்று சொன்னார்..

நான் சொன்ன மருந்துகளை, சரியான விகிதத்தில் அவருக்கு செலுத்தி இருக்கிறீர்கள் அல்லவா? என்று சொல்லிவிட்டு ஆதித்யாவின் விழிகளை டார்ச் அடித்து கூர்ந்து கவனித்தார் பிரான்சிஸ்..

"டாக்டர்! உங்கள் பார்வையின் அர்த்தம் எனக்குப் புரிகிறது!"...உண்மையில், எனக்குக் கூட, தாங்கள் சந்தேகிக்கும், அத்தகைய தவறான எண்ணம் ஒரு கட்டத்தில் இருந்தது!..ஆனால், "அதையெல்லாம் புறந்தள்ளிவிட்டு, உணர்வுகளுக்கும், உறவுகளுக்கும் இடம் கொடுக்காமல், ஒரு மருத்துவராக நான் எனது கடமையை, இப்போது சரியாக நிறைவேற்றி இருக்கிறேன்" என்று உணர்ச்சி பொங்க சொன்னார் நீலகண்டன்..

"குட்".அப்படித்தான் இருக்க வேண்டும்! என்று அவரின் தோளினை தட்டிய பாரட்டிய பிரான்சிஸ்.... "இனி, மற்றவற்றை நான் கவனித்துக் கொள்கிறேன்!..இப்போது, நான் ஆதித்யா அறைக்குள் செல்லப்போகிறேன்!".. நீங்கள், கலை இயக்குநர் அறைக்குச் சென்று, நான் அறிவுறித்தியபடி நடந்துகொள்ளச் சொல்லுங்கள்!".. கவனமாக செயல்படுங்கள், எந்த சொதப்பலும் இருக்கக் கூடாது" என்று சொல்லிவிட்டு அந்த அரங்கின் கதவினை திறந்தபடி என்று சொல்லிவிட்டு உள்ளே நுழைந்தார் பிரான்சிஸ்..

அங்கே, ஆதித்யா இன்னமும் அந்த செயற்கைக் காட்சிகளின் பிடியில் இருந்து கொண்டிருந்தான்...அதனை கவனித்தவர், ஒரு ஓரமாக நின்றபடி சற்று நேரம் பொறுமை காத்தார்!"

ஆதித்யாவின் தலைக்கு மேல், தெரிந்த நிலவு போன்று வடிவமைக்கப்பட்டு இருந்த பகுதியில், வழக்கம் போல, வீரமர்த்தினி, யாழினி, ஆதித்யாவின் குழந்தைகள் என்று மாறி மாறி சிலேடை ஓட்டி வந்தவர்கள், உள்ளே நின்று கொண்டிருந்த டாக்டர் பிரான்சிஸ் சைகை செய்ததும், சட்டென்று அதில் பயங்கர கொடிய மிருகங்களை காட்டத் தொடங்கினர்!"..

அதிலும், "மதம் கொண்ட யானை துரத்துவது", "வெறிகொண்ட புலி உறுமலோடு அணுகுவது", "பெரிய இராட்சச இயந்திரங்கள் அவனைப் போட்டு நசுக்க வருவது" என்று அனைத்து காட்சிகளுமே படுபயங்கரம் பொருந்தியவையாக இருந்தது!"..

அப்போது, அந்த சிலேடின் இறுதியில் டாக்டர் பிரான்சிஸ் மற்றும் ஆதித்யாவின் புகைப்படமும் தெரிந்தது.. அதில் டாக்டர் பிரான்சிஸ் ஆதித்யாவின் கரங்களைப் பற்றி ஆறுதல் தெரிவிப்பது போன்ற காட்சிகள் இறுதியில் அடிக்கடி அந்த திரையில் தோன்றி மறைந்தது!...

இப்போது ஆதித்யாவை மெல்ல அணுகியவர் .... அவன் தலையை ஆறுதலாக தடவிக் கொடுத்தார்"

ஆதித்யா!...மிஸ்டர் ஆதித்யா..

"ம்"...என்ற முனகல் அவனிடம் இருந்து மெதுவாக வெளிப்பட்டது..

"பயம் வேண்டாம்! நான் வந்துவிட்டேன்..

"ம்"..

நான் பேசுவது கேட்கிறதா? நான் வந்துவிட்டேன், இனி எதற்கும் பயமோ, கலக்கமோ வேண்டாம்..அனைத்தையும் உங்களோடு உடனிருந்து நான் கவனித்துக் கொள்கிறேன்!..

டாக்டர்...நீங்களா?       டாக்டர்..என்று       உளறினான் ஆதித்யா..

ஆம்...நானே தான்!

ம்....எனக்கொரு   சந்தேகம்!.."நீங்கள்...நீங்கள்..   எப்படி எனது கனவில்? இதெப்படி சாத்தியம்?...

"அதாவது, நான், உங்களின் ஆழ்மனதில் உங்கள் தொடர் கனவின் மீது நீங்கள்       நம்பிக்கை போல, உங்களுக்கு உதவும் எனது முகவும் உங்கள் ஆழ்மனதில் பதிந்து இருக்கிறது. அதனால்தான், "என்னால் உங்களை உங்கள் கனவின் ஒரு மூலையில் பார்க்க முடிகிறது!"

"ஓ"..அதற்கு வாய்ப்பு இருக்கிறதா? எனக்கு சந்தேகமாக இருக்கிறது டாக்டர்...

நீங்கள்       நான்       கூறுவதை      நம்புவதைத்      தவிர, இப்போதைக்கு  உங்களுக்கு  வேறு  வாய்ப்பு  கிடையாது!" "உங்களுக்கு  கனவில்  ஏதோ  ஆபத்து  நேர்ந்து  இருக்க வேண்டும்' அதனால் நீங்கள் தவித்துக் கொண்டிருந்த வேளையில், உங்களுக்கு உதவ யாராவது வருவார்களா? என்று நீங்கள் எதிர்பார்த்து இருந்திருக்க வேண்டும்.. நான்தான் உங்களை இந்த கனவுக்குள் அனுப்பி வைக்க உதவி செய்தேன் அல்லவா? அதனால்தான், நானும் உங்களோடு ஒட்டிக்கொண்டு இந்த கனவில் உங்களோடு பயணிப்பது போன்ற பிரம்மைதான் உங்களுக்கு ஏற்பட்டு இருக்கிறது"

"சரிங்க  டாக்டர்.."..உங்களை  மனதார  நம்புகிறேன் டாக்டர்!"..."எனது கனவு, ஒருபோதும் கலையக் கூடாது.. நான் எனது எனது சத்தியத்தை நிறைவேற்றி முடிக்கும் வரை நீங்கள் உடனிருந்து உதவ வேண்டும்" என்று ஈனச் சுரத்தில் முனகினான் ஆதித்யா..

"நிச்சயம் உதவுகிறேன்!..... "சிரத்தை வேண்டாம்! ...இயல்பாக இருங்கள்!..உங்களின் இதயத்துடிப்பு இப்போது சீராக இருக்கிறது..இப்படியே இருக்க முயற்சி செய்யுங்கள்... பதற்றமோ, வேகமோ வேண்டாம்!. நீங்கள் இப்போது கனவின் விளிம்பில் இருந்து கொண்டிருக்கிறீர்கள். சற்று நிதானம் இழந்தாலும், உணர்ச்சி பெருக்கு ஏற்பட்டாலும், உங்கள் கனவு கலைந்துவிடும், நான் உங்களுக்கு உதவ உங்களோடு எப்போதும் இருப்பேன்!.. இப்போது, "நான் உங்கள் கனவில் எப்படி திடிரென்று முளைத்து இருக்கிறேன்" என்பது ஆராய்ச்சிக்கு தேவையில்லாத விஷயம்..நமது நோக்கம், நீங்கள், உங்கள் கனவுக்குள் சென்று உங்கள் இலட்சியத்தை தொடர வேண்டும்" அதனால், வேறெந்த விஷயத்திலும் உங்கள் கவனத்தைத் திருப்பி, உங்கள் மூளையை கசக்கவேண்டாம்..;"நான் ஒருவன் மட்டும்தான், உங்களுக்கு உதவ முடியும்" அதை மட்டும் நன்றாக மனதில் நிலை நிறுத்திக் கொள்ளுங்கள்" புரிகிறதா?

ஆம்......புரிகிறது.. டாக்டர்...

"நான் கூறியதை மறக்க வேண்டாம்!"...இன்னும் சில நிமிடங்களில், உங்களுக்கு வெள்ளை நிற வெளிச்சம் உங்கள் மனக்கண் முன்பாக அகன்று விரியும்!"..நீங்கள், அதற்குள், உள்நுழைந்து பயணிப்பது போன்ற பிரம்மை தோன்றும்!...அதனைப் பார்த்து, காட்சி மயக்கம் கொள்ள வேண்டாம்!...வழியில் எங்கும் தயங்கி நிற்க வேண்டாம்... அந்த நிலையைத் தாண்டிச் சென்றால்தான், நீங்கள் சென்றடைய வேண்டிய சரியான இலக்கினை எட்ட முடியும்!..வழியில், நீங்கள் உங்கள் உருவத்தை ஒத்த மனிதர்களை காணக்கூடும்!" யாராவது, உங்களை நோக்கி, விரைந்து வருவது போல தோன்றக்கூடும்!..."தேவதைகள் போல சிறகு முளைத்த மங்கைகள், வழியில் நின்று

வசியம் செய்யக் கூடும்", இதெல்லாம், உங்களை பழி தீர்க்க நினைத்துக் கொண்டிருக்கும், எதிரிகள் பிண்ணிய மாயவலையாக இருக்கக் கூடும்!. அதுபோன்ற எத்தகைய தடைகள் வந்தாலும் அதையெல்லாம் கவனிக்க வேண்டாம்! பொருட்படுத்த வேண்டாம்"...

ம்...அப்படியே செய்கிறேன்..

உங்களின் இலக்கு, அந்த நீர்வீழ்ச்சி கொட்டிக் கொண்டிருக்கும் குன்றினை நோக்கி பயணிப்பதாக மட்டுமே இருக்க வேண்டும்!"..

சரி...

முடிவாக, தாங்கள் அந்த இடத்தை அடைந்த பிறகு, அங்கும் உங்களுக்கு சோதனைகள் இருக்கக் கூடும்!..."அங்குதான், பெரும் விபரீதமே இருக்கிறது".. நீங்கள், சென்று சேரும் இடத்தில், ஒரு உருவம் ஒத்த இரண்டு பெண்மணிகள் இருந்ததாக தெரிவித்து இருக்கிறீர்கள்!...அதில், நீங்கள் மனதைப் பறிகொடுத்த மங்கை யார்? என்று சரியாக அடையாளம் கண்டுகொள்ள வேண்டும்!...தவறான மங்கையிடம் சிக்கி அகப்பட்டுக்கொண்டால், அவள் உங்களை ஏற்கனவே கொன்றது போல, மீண்டும் கொல்லக்கூடும்..அப்படி நடந்துவிட்டால்?..அதன் பிறகு, உங்களால் மீண்டும் அந்த இடத்துக்கு செல்லவே முடியாது... நினைவிருக்கட்டும்!"..

ம்....சரிங்க டாக்டர்..

"சரி"..நீங்கள் இன்னமும் கனவின் விளிம்பில்தான் நின்று கொண்டிருக்கிறீர்கள்..உங்களுக்கு இன்னமும் கனவு கலையயவில்லை!"..உங்கள் அருகில், நீங்கள் கண்விழிக்கும் வரை நான் உடனிருப்பேன்!". அதனால், எதைப்பற்றியும் கவலைப்பட வேண்டாம்...உங்களுக்கு

கனவில் ஏதேனும் அதீத விபரீதம் ஏற்பட்டால், இப்போது உதவியது போல, அப்போதும் வந்து உதவுவேன்..

ஓகே..டாக்டர்..

ஒருவேளை, துரதிஷ்டவசமாக கண் விழிக்கும் நிலைக்கும் தள்ளப்படக் கூடும்!...ஒருவேளை, அப்படி நீங்கள் உங்கள் கனவின் நோக்கத்தை பூர்த்தி செய்வதற்கு முன்பாக, அப்படி ஒரு நிலை ஏற்பட்டால், உங்கள் கையில் இருக்கும் இந்த பஸ்சரை அழுத்துங்கள்! முடிந்தவரை விழிப்பு நிலைக்க வராமல் இருக்க முயற்சி செய்யுங்கள்.. அதற்குள், நான் உங்களுக்கு, கனவின் பிரச்சனைகளை சமாளிக்கும் அளவுக்கு, உங்களுக்கு சக்தியை கொடுக்கும் வகையில், மீண்டும் ஒரு டோஸ் ஹெவி மருந்தினை ஊசி மூலமாக செலுத்துகிறேன்!... அந்த மருந்து, உங்கள் கனவின் தாக்கத்தை எதிர்த்துப் போராடி, தொடர்ந்து நீடிக்கும் வாய்ப்புகளை உங்களுக்கு கொடுக்கும்"...

ஓகே...டாக்டர்...

ஆல் தி பெஸ்ட்.....

# அத்தியாயம் - 32

"கனாவனத்து குயில்களின் கானம் தெளிவாக ஒலிக்கக் கேட்டது!...புள்ளின மான் கூட்டங்கள் துள்ளியோடும் சப்தம் எழுந்தது.! வெண்புகைகளை கக்கிய, நீர்வீழ்ச்சியின் அடியில், புரண்டோடிய நீரலைகளின் ஓசை "கலகல"வென ஒலித்தது.!

தரையில் படுத்துக் கிடந்த அதிரனுக்கு முன்பாக, கலங்கிய விழிகளுடனும், ஏக்கத்துடனும் அவனை நோக்கிக் கொண்டிருந்த அவள்தான், உண்மையான வீரமர்த்தினி என்பதை உணர்த்தியது!

வந்துவிட்டீர்களா? "உங்களை மீண்டும் சந்திப்பேன்" என்று சொப்பனத்தில் கூட நினைக்கவில்லை!" என்று சொல்லிவிட்டு அவனை மார்போடு அணைத்தபடி, ஆரத் தழுவினாள் வீரமர்த்தினி!...

ஆம்...உனக்காக வெகு சிரத்தைப்பட்டு வந்திருக்கிறேன்!...இனி, ஒரு கணப் பொழுதும் உன்னைவிட்டு பிரிந்திருக்க மாட்டேன்!... இப்போதுதான் எனது மனம் குளிர்ந்து இருக்கிறது..இந்த நொடிக்காகத்தான், நான் இத்தனைக் காலம் அலைந்து திரிந்து கொண்டிருந்தேன்!..முடிவில், எப்படியே உன் மடி சேர்ந்து விட்டேன்"

"நானும் தான்"! உங்களை பிரிந்து வாழ்ந்த ஒவ்வொரு நொடியும், எனக்கு யுகங்கள் நகர்வது போல தோன்றியது!"

இனி உங்கள் நிழலைப் போல எப்போதும் உங்களோடு இருந்து கொண்டிருப்பேன்" என்று சொல்லியபடி அவனை மீண்டும் இறுகத் தழுவினாள் வீரமர்த்தினி!

"இந்த நாளுக்காக நான் எப்படியெல்லாம் ஏங்கி தவித்தேன் தெரியுமா?

அதுதான் நான் வந்துவிட்டேனே? பிறகென்ன..இனி கடந்த கால கசப்புகளை நினைவு கூறுவதை விட்டுவிட்டு, ஆனந்தம் கொள்ளலாமே?...

எங்கே நீங்கள் வராமல் போய்விடுவீரகளே! என்று பயத்தோடு இருந்தேன்..ஏன் இவ்வளவு கால தாமதம்?

நான், "அன்றே உனக்கு வாக்கு கொடுத்தேன்!. ஞாபகம் இருக்கிறதா? அதன்படி, நிச்சயம், நான் திரும்பவும், உன்னைக் காண வருவேன்" என்று உறுதி கொண்டிருந்தேன்!..வழியில், ஒன்றா?, இரண்டா? ஓராயிரம் தடைகளை எதிரிகள் ஏற்படுத்தி வைத்து இருந்தார்கள். அதையெல்லாம் முறியடித்துவிட்டு வருவதற்கு, சற்று காலதாமதம் ஆகிவிட்டது"

"எனது மனம், அந்த அருவி நீரைப் போல, இப்போது குளிர்ந்து விட்டது!..எனது ஆவல் நிறைவேறும் என்ற நம்பிக்கையும் உறுதிபட பிறந்துவிட்டது!"...

உனது ஆவல்கள் எல்லாம் நல்லபடியாக பூர்த்தியாகும்!...இப்போது பற்றிய உனது கரங்களை, உலகில் இருக்கும் ராஜ்ஜியங்கள் எல்லாம் ஒன்று திரண்டு எதிரே வந்து மிரட்டினாலும், ஒருபோதும் விலக்கிக் கொள்ள மாட்டேன்"

மிகவும் மகிழ்ச்சி. தாங்கள் என்மீது கொண்டிருக்கும் அன்பும் பாசமும் என்னை திக்கு முக்காட செய்கிறது!. "நீங்கள் திரும்ப வர தாமதம் ஆனதால், நான் கூட ஆரம்பத்தில் அதிக விசனம் கொண்டேன். ஆனால்,

இப்போது திரும்பி விட்டீர்கள்..ஆகையால், எனது ஆசைகள் இவ்வளவு சீக்கிரம் ஈடேறும் என்று நான் கனவிலும் நினைத்துப் பார்க்கவில்லை" என்று சொல்லியவளின் கட்டியணைப்பின் வேகம் நொடிக்கு நொடி இறுகத் தொடங்கியது!"...

"ஆனந்தம் பூத்தாட, அவளின் அரவணைப்புக்குள் கட்டுண்டு இருந்தவனின் விழிப்பார்வை, எதேச்சையாக அந்நேரம், அவளின் வலப்புற தோளின் மீது விழுந்தது.

அடுத்த நொடிப்பொழுதில், சட்டென்று செயல்பட்ட அதிரன், வீரமர்த்தினியின் இடையில் இருந்த குருவாளினை எடுத்து, அவளின் மார்பின் நடுவில் ஒரே பாய்ச்சாக பாய்ச்சினான்!..

அடுத்த கணம், அவள் உடலில் இருந்து, குருதிகள் கொப்பளித்து அவளது மார்பில் வழிந்து நிரம்பியது!

அப்போது அவள் "எனது திட்டத்தில் மண்ணை வாரிப் போட்டவனே! துரோகி! உன்னை விட மாட்டேன்".. மறுபிறவி எடுத்து வந்தாவது, உன்னை பழி தீர்ப்பேன்" என்று சொல்லியபடியே மரண ஓலம் எழுப்பியபடியே, தரையில் சாய்ந்து மடிந்தாள்! அவள்..

உடம்பை, ஒரு உலுக்கு உலுக்கியபடி, எழுந்து நின்றவன், "விழிகள் ஆகாசத்தை வெறித்தபடி, செத்துக் கிடந்த அந்த மங்கையின் அருகில் சென்று அவளை நன்றாக நோட்டம் விட்டான்..பிறகு, அவளின் வலது தோள்பட்டையை நன்றாக கூர்ந்து நோக்கினான்...

அவளின் வலதுப்புற தோள்பட்டையில், "சீறிப் படமெடுக்கும் நாகத்தின் உருவம் பச்சைக் குத்தியிருப்பதை ஐயமுற கவனித்தான்"! மேலும், இறந்து கிடப்பவள் வீரமர்த்தினியின் ஒன்றுவிட்ட சகோதரி நாகினிதான் என்பதை, உறுதியும் செய்து கொண்டான்!..

அங்கிருந்த விரைந்து கிளம்பியவன், வீரமர்த்தினியை தேடி அங்கும் இங்கும் திரிந்து கொண்டிருந்தான்.."வீரமர்த்தினி! வீரமர்த்தினி! என்று சத்தமாக கூவியும் அழைக்கத் தொடங்கினான்..

சில நாழிகை நேரம் தேடி அலைந்து முடித்தவன், முடிவில், அந்த அருவி கொட்டிக் கொண்டிருந்த, அடிப்புற பாறையின் அருகே, ஒரு குகைக்குள் செல்லும் பாதையின் தடத்தை கண்டறிந்து, அதற்குள் வேகமாக நுழைந்தான்!...

அவ்வப்போது, நாகினியின் கோர முகம் அவனை கத்தியோடு பின்னால் தொடர்வதைப் போன்ற பிரம்மை அவனுக்குள் உண்டாகி மறைந்தது!

சட்டென்று சுதாரித்தவன், "இதெல்லாம், வீண் பிரம்மை!..நமது கையால்தானே அவளை கொன்று முடித்தோம்! பிறகேன், அது போன்ற எண்ணம் உதிக்க வேண்டும்? இதை நினைத்து, நாம் நேரத்தை கடத்த வேண்டாம் என்று முடிவு செய்து அந்த குகைக்குள் தொடர்ந்து முன்னேறினான் அதிரன்!"....

சில நிமிட நடைக்குப் பிறகு, அந்த குகையின் ஒரிடத்தில், தலையில் அடிபட்டு, சுரணை இழந்து மயக்கமுற்று கிடந்த வீரமர்த்தினியை பார்த்து, அவளை அணுகியபடி, அப்படியே அவளைத் தூக்கி, தமது மடியிலும் கிடத்தியபடி, வாஞ்சையோடு அவளின் தலையை கோதி விடத் தொடங்கினான்!..

# அத்தியாயம் - 33

"நெடிய நேரம், மயக்க நிலையில் இருந்து கொண்டிருந்த வீரமர்த்தினி, இப்போது, மெல்ல மெல்ல அவளின் பூவிழிகளை திறந்து, அவளின் அருகிலிருந்த வீரவர்மனை நோக்கத் தொடங்கினாள்!..

இது உண்மைதானா? எனது விழிகள் பொய்யுரைக்கவில்லையே? நான் காண்பது உங்களைத்தானா? இது சொப்பனம் கிடையாதே? என்று அவளின் செவ்விதழ்கள் குவித்த வாயிலிருந்த மேற்படி வார்த்தைகள் வந்தன!....

"ஆம்"..நானே தான்!...உனக்காக, உனக்கு செய்து கொடுத்த சத்தியத்தை நிறைவேற்றுவதற்கா, நான்தான் திரும்பவும் வந்துள்ளேன்" இனி, எந்த தொல்லையும் இல்லை!..நல்லவேளையாக, அந்த பாதகி நாகினி ஒழிந்தாள்!"..

நாகினி?...என்ன ஆயிற்று அவளுக்கு?

"நம் இருவரையும் கொல்லத் துணிந்து, இந்த ராஜ்ஜியத்தை குறுக்கு வழியில் கைப்பற்ற நினைத்த அவளின் சதியும், உயிரும் ஒருசேர மேலோகம் அனுப்பி வைத்துவிட்டேன்".. நான், அவளின் கதையை முடித்துவிட்டேன்!.'எந்த குறுவாளைக் கொண்டு, என்னைக் கொலை செய்தாலோ, அதே குறுவாளால் அவளின் உயிரை மாய்த்துவிட்டேன்"..என்று நடந்ததை அவளிடம் விவரித்தான் அதிரன்.....

"ஐயோ பாவம்!... "என்ன இருந்தாலும், அவள் என் சகோதரி உறவுமுறை!" ..அவளுக்கு அரசாளும் ஆசை இருப்பதை, எனது தந்தையிடம் முறைப்படி, முறையிட்டு இருக்கலாம்! அவள் ஒருவேளை, அப்படி செய்து இருந்தால், நிச்சயம் அவளுக்காக, எனது தந்தை, அவரின் கிரீடத்தை தூக்கி, அவளுக்கு தயங்காமல் சூட்டி அழகு பார்த்து இருப்பார்"... இப்படி, "கேடு கெட்ட புத்தியாலும், கூடுவார் சாவகாசம் சரியில்லாததாலும்" அநியாயமாக உயிரை பறிகொடுத்து விட்டாளே!" என்று வருந்திய வீரமார்த்தினி..

அவள், நீ வருந்தும் அளவுக்கு நற்குணம் படைத்தவள் அல்ல"

அதை, நானும் அறிவேன்..இருப்பினும்..மனது கேட்கவில்லை..என்று சொன்னவள்,"எதிரிப் படைகள் நாட்டுக்குள் புகுந்து விட்டதா? கோட்டையை கைப்பற்றி விட்டார்களா? என்று பதற்றம் பொங்க அவனிடம் வினவத் தொடங்கினாள்!..

கவலை வேண்டாம்!...அவர்கள் இன்னமும், நாட்டின் எல்லையில்தான், கூடாரம் அமைத்து தங்கியிருப்பதாக கேள்வியுற்றேன்!...வம்ப நாட்டு வேந்தன் உமது தந்தைக்கு ஒரு ஓலையை அனுப்பி இருப்பதாக சேதி கிட்டியுள்ளது"!

ஓலையா? எனது தந்தைக்கா"? என்ன காரணமாக இருக்கக் கூடும்? ஒருவேளை சமாதானம் வேண்டி அனுப்பி இருப்பர்களோ? என்றாள் வீரமார்த்தினி

அதற்கு வாய்ப்புகள் குறைவு!.."சமாதானம் வேண்டுவதாக இருந்தால், உமது தந்தையார் தானே ஓலையை அனுப்பி இருக்க வேண்டும்?...வம்ப நாட்டு மன்னன் சமாதான ஓலை அனுப்புவதாக இருந்தால், எதற்காக படையை கிளப்பிக் கொண்டு இவ்வளவு தூரம்

பயணித்து பல்லவ தேசத்து எல்லைக்குள் இருக்கும் ராஜ்ஜியத்துக்குள் நுழைய வேண்டும்?

நீங்கள் கூறுவதும் ஏற்புடையதே....அந்த யோசனை, எனது சிற்றறிவுக்கு எட்டாமல் போய்விட்டது"

நீயும், நானும் இங்கேயே இருந்தபடி, இப்படி விவாதித்துக் கொண்டு, நேரம் கடத்திக் கொண்டிருந்தால், நம்மால் எதையும் சாதிக்க முடியாது!..நாம், உடனே புறப்பட்டு கோட்டைக்குள் செல்ல வேண்டும்!"...

போகலாம்...

ஆனால், எனது குதிரை எங்கே என்று கண்டுபிடிக்க முடியவில்லையே?

அது வீண் முயற்சி...அந்த பாதகி நாகினி, வாயில்லாத பிராணியான அந்தக் குதிரையை கொன்று விட்டாள்!..

அடக் கடவுளே! இதென்ன பாதகம்?..அந்தக் குதிரையைக் கொல்ல, அந்த ராட்சசிக்கு எப்படித்தான் மனது வந்ததோ?..சரி...வா புறப்படுவோம்..இப்போது புறப்பட்டால்தான் நேரத்துக்கு உங்கள் கோட்டையை சென்று அடைய முடியும்"...

"உங்களோடு வந்தால் பொழுது புலர்ந்து விடும், ஆகையால், என்னிடம் ஒரு மார்க்கம் இருக்கிறது!...எங்கள் கோட்டைக்குள் செல்லும் இரகசிய சுரங்கப் பாதை ஒன்று இங்கே இருக்கிறது!...அதன் வழியாகத்தான், நான் அடிக்கடி, இந்த அருவிக்கு வந்து நீராடிவிட்டு செல்கிறேன்!"..அந்த வழியாக சென்றால், நாம் விரைந்து கோட்டைக்குள் சென்றுவிடலாம், வாருங்கள்" என்று சொல்லி அவனது கரங்களைப் பற்றியபடி கூட்டிச் சென்றால் வீரமர்த்தினி..

அந்த சுரங்கப் பாதையில், எங்கும் இருள் சூழ்ந்து காணப்பட்டாலும், அதனை கடந்து செல்வதில் பெருத்த சிரமம் எதுவும் இருக்கவில்லை..

ஒருவழியாக, கோட்டையை அடைந்தவர்கள், அங்கிருந்த கதவினை திறந்ததும், அங்கே, "ஆயுதம் ஏந்திய வீரர்கள், அவர்களின் வரவுக்காக, தயாராக காத்துக் கொண்டிருந்தார்கள்!..

"காவலர்களே!...இந்தக் கயவனை சிறைப்படுத்துங்கள்" என்று கோட்டைத் தலைவன் கட்டளை பிறப்பித்த அடுத்த கணமே, அதிரனை சுற்றி வளைத்து சிறைப்படுத்தினார்கள்!".

# அத்தியாயம் - 34

"மலைகள் சூழ்ந்த பல்லவ சிற்றரசரின் அரசவை, ஒரு பெரும் ராஜ்யத்துக்கு உரிய அரசவை மண்டபத்தின் விசாலத்தை ஒத்திருந்தது!" அத்தோடு அந்த மண்டபத்தில் நிறுவியிருந்த தூண்களில், அலங்கரித்த யானை தந்தைகளும், மான் கொம்புகளும் அதன் கம்பீரத்தை கூட்டி காட்டிக் கொண்டிருந்தன!..

தமது சிம்மாசனத்தில் வந்தமர்ந்த பல்லவ சிற்றரசர், தமது அவையில் சங்கிலிகளால் பிணைத்து நிறுத்தியிருந்த அதிரனை தமது கழுகு கண் கொண்டு மேய்ந்து கொண்டிருந்தார்..

அப்போது வீரமர்த்தினி "தந்தையே! இவர் எனக்கு உதவி செய்ய வந்தவர்..எனது உயிரை எதிரிகளிடம் இருந்து காத்தவர். அத்தகைய மனிதரை இப்படி அவமானம் செய்வதை, என்னால் ஒருபோதும் ஏற்றுக் கொள்ள முடியாது" என்று ஆவேசம் பொங்க பேசினாள்..

"சற்று பொறு குழந்தையே! விசாரணையின் முடிவில் உனக்கே உண்மை விளங்கும்" அதுவரை சற்று பொறுமை காக்க வேண்டும்" என்று அவளைப் பார்த்து சொன்னவர், அவனை நோக்கி திரும்பியபல்லவ சிற்றரசர் உனது விவரத்தைக் கூறு, கேட்போம் என்றார்..

அதிரன் நடந்த அனைத்தையும் சுருக்கமாக அவருக்கு விவரித்து முடித்தான்..

அதாவது, "காதலுக்காக உத்தமன் ஆகிவிட்டேன்" என்று கதை அளக்கிறாய்...அப்படித்தானே? என்று அவனைப் பார்த்து அதட்டலோடு வினவினார் சிற்றரசர்..

"காதலுக்காக தேவையில்லாத கட்டுக் கதைகளை அவிழ்த்துவிட, நான் ஒன்றும், எதற்கும் லாயக்கு ஆகாதவன் இல்லை" உங்களுக்கு சந்தேகம் இருந்தால், எனது விலங்குகளை அவிழ்த்துவிட்டு, வீர ஆண் மகன்களை வாள் சண்டைக்கு அனுப்பி வையுங்கள்! கூடவே, உங்கள் தேசத்தின் சிறந்த வீரர்களை வேண்டுமானாலும் மோதச் சொல்லுங்கள்!..அப்போது உங்களுக்கு எனது வீரம் புரியும்!"... என்று ஆவேசம் ததும்ப கூறியவன், எனது காதலை வேண்டுமானால் பிறகு சோதித்துக் கொள்ளுங்கள்!..நாம், இப்போது ஆபத்தில் இருந்து கொண்டிருக்கிறோம்"! வம்ப நாட்டுப் படைகள் நமது கோட்டையை முற்றுகை செய்து இருக்கிறார்கள்" என்றான்...

"நீ எதிரி நாட்டினன்..உன்னை எப்படி அவ்வளவு எளிதில் நம்பிவிட முடியும்?

"நான் பொய் கூறவில்லை..நான் சொல்வது சத்தியம்... மேற்கொண்டு நம்புவதும், அவநம்பிக்கை கொள்வதும் உங்களின் விருப்பம்..

"வேங்கி நாட்டின் படைத்தளபதி, வீராதி வீர அதிரன் என்பவன் நீதானே? உனது வீரத்தையும், புகழையும் நானும் கேள்வியுற்று இருக்கிறேன்!..... அது ஒரு புறம் கிடக்கட்டும்..எங்கள் மலை நாட்டு சிற்றரசின் மீது போர்தொடுக்கும் திட்டம் முழுவதையும் முழுக்க முழுக்க நீதானே செய்தாய்?" இதற்கு உனது விளக்கம் என்ன? என்று தமது மீசையைத் தடவியபடி கேட்டார் பல்லவ தேசத்து மலைநாட்டு சிற்றரசர்..

அதைக்கேட்டு அதிர்ச்சி கொண்ட வீரமர்த்தினி..அது உண்மையா? என்று அவனின் விழிகளை ஏறிட்டாள்.. ஆம்..ஒப்புக் கொள்கிறேன்.. நான் தான் வம்ப நாட்டு போர்படைத் தளபதி அதிரன்!"... இந்த விஷயம் உங்கள் மகள், இந்நாட்டின் இளவரசி வீரமர்த்தினியிடம் கூட தெரிவிக்கவில்லை!..அதற்கு காரணம் அவளை ஏமாற்ற வேண்டும் என்பதல்ல"..என்று அவளை ஏறிட்டு சொன்னவன், இப்போது அரசரை ஏறிட்டு, "வேந்தே!... நான் ஒப்புக்கொள்கிறேன்!..எதையும் மறுக்கவில்லை! நான் கூட, முதலில் இது எங்கள் வேங்கி நாட்டு மன்னரின் சுய விருப்பத்தின் பேரில் தொடங்கிய போர் என்றுதான் நான்கூட நினைத்தேன்!..எனக்கு நெருங்கிய சிநேகிதன் என்பதைத் தாண்டி, ஒரு நாட்டின் மன்னன் ஆணையிடும் போது, ஒரு படைத் தளபதியாக எனது பணியை நிறைவேற்றம் செய்து முடித்தேன்.. ஆனால், படையைத் திரட்டிக் கொண்டு இங்கே வந்த பிறகுதான் எனக்கே உண்மை புரிந்தது!" இவை அனைத்துக்கும் காரணம், எங்கள் வேங்கி நாட்டு மன்னரின் சகோதரன் ராஜாளியின் சூழ்ச்சியும் சதியும்தான் இதற்கெல்லாம் காரணம் என்பது!

நீ அரசவைப் புலவரை மிஞ்சும் கற்பான சக்திகளை கொண்டவன் என்பது இப்போது புரிகிறது..

பல்லவ சிற்றரசரே! நான் புலவனும் அல்ல...கதை சொல்லியும் அல்ல..

"இன்னும் சற்று அவகாசம் கொடுங்கள்..நான் அனைத்தையும் கூறி முடித்து விடுகிறேன்..பிறகு நீங்களே முடிவு செய்யுங்கள்.. அதாவது, நான் சமீபத்தில்தான் ஒரு உண்மையை கண்டுபிடித்தேன். உங்கள் சகோதரர் மகள் நாகினியும், எங்கள் மன்னரின் தலைமயனின் கூட்டுச் சதியால்தான், இந்த போர் தொடுக்கும் படலத்துக்கான

அடித்தளமே உருவாகி இருக்கிறது. அதாவது, வேங்கி நாட்டு மன்னனை தூண்டிவிட்டு, உங்கள் ராஜ்ஜியத்தை கைப்பற்றி உங்களை கொன்றுவிட்டு, "இந்த மலைநாட்டு சிற்றரசின் ராஜ்ஜியத்தை நாகினி ஆள வேண்டும்" என்று அவள் திட்டம் வகுத்து இருக்கிறாள்!". அதே போல, போரில் வெற்றி பெற்றாலும், தோல்வியுற்றாலும் வம்ப வேந்தனை கொன்றுவிட்டு, அங்கே, அரியணையைக் கைப்பற்ற, அவரின் தமையன் ராஜாளி திட்டம் வகுத்து இருந்திருக்கிறான்!". இவர்களின் கூட்டுச் சதியில், நானும், வேங்கி வேந்தரும், பலிகாடா ஆகி இருக்கிறோம்!"... இதுதான் நிதர்சனம்" என்று விவரித்து முடித்தான் அதிரன்....

அருமை!.. "எதிரி நாட்டு படைத் தளபதி இவ்வளவு நேரம் ஆற்றிய உரை, காட்டுத் தேன் போல இனித்தது" உனது விளக்கம் அருமை! ஆனால், நீ சொல்லியதெல்லாம், நன்றாக கடைந்து எடுத்த பொய் என்பது இப்போது புலனாகிறது!.. என்று சீறினார் சிற்றரசர்..

வேந்தே..ஏன் அப்படி கூறுகிறீர்கள்? எனது வார்த்தைகளின் மீது உங்களுக்கு இன்னமும் நம்பிக்கை பிறக்கவில்லையா? அல்லது இன்னமும் என்னிடம் விளக்கம் எதையேனும் எதிர் பார்க்கிறீர்களா?

"உனது வார்த்தைகளை எடுத்த எடுப்பிலேயே நம்பிவிட, நான் என்ன மூடனா? ஒரே பார்வையில் காதல் மலர்ந்து விட்டதாக, நாங்களும் ராமாயணம் குறித்த இதிகாசத்தை படித்து அறிந்து வைத்துதான் இருக்கிறோம்!.. நான் சுயம் வரத்துக்கோ, அல்லது மனதார கலியாணம் செய்து கொள்ளும் காந்தார திருமணத்து முறைக்கோ எதிரானவன் அல்ல!"..ஆனால், இந்த கலியுகத்தில் எப்படி முதல் பார்வையில் காதல் மலரக் கூடும்? அல்லது முதல் சந்திப்பில் காதல் பிறக்கும்? இதென்ன கட்டுக்கதை..

யாரை ஏமாற்றப் பார்க்கிறாய்? கள்வனே! அதுவும், "ஒரே பார்வையில் காதல் மலர்ந்து விட்டது" என்று கதை அளந்து விட்டு, விவரம் அறியாத, எனது ஒரே செல்ல மகள், இந்த நாட்டின் இளவரசியின் மனதைக் கெடுத்த பெருங்குற்றத்தை நீ இழைத்து இருக்கிறாய்! அத்தோடு அந்த காதலுக்காக உனது நாட்டுக்கே நீ துரோகியாக மாறிவிட்டதாக, இளவரசி வீரமார்த்தினிக்கும், எனக்கும் உதவுவதாக நாடகம் ஆடுகிறாய்!"..."உண்மையைச் சொல்"... நீ, வேவு பார்க்கத்தானே இப்படி வேடம் பூண்டு வந்திருக்கிறாய்!...உனது நோக்கம்தான் என்ன? உனது உயிருக்கு அதிக அவகாசம் கிடையாது!"...இக்கணமே, உண்மையை உரைத்தால், ஒருவேளை, உனது தலை தப்பும்!...இல்லாவிட்டால்... என்று தமது வாளை உருவி அவனது கழுத்தில் வைத்தார் அரசர்..

"தந்தையே...என்ன காரியம் செய்து கொண்டிருக்கிறீர்கள்? போதும் உங்கள் அநாகரீகமான செயலை இத்தோடு நிறுத்திக் கொள்ளுங்கள்..இதற்கு மேலும் என்னால் பொறுமை காத்துக் கொண்டிருக்க முடியாது.. அவர் கூறுவதும் முற்றிலும் உண்மை... உண்மையை சொல்ல வேண்டும் என்றால், இவர் அடிபட்டு குதிரைமேல் வந்தபோது, இவரை எதிரி என்று இனம் கண்டு நான் தான் முதலில் இவரின் உயிரை எடுக்க குறுவாளை பாய்ச்சத் துணிந்தேன்..ஆனால், சற்று நிதானத்தோடு உண்மையை அறிந்தபோது, வேங்கி நாட்டு வேந்தன் தலையனும்,, நாகினியும் ஒன்று சேர்ந்து என்னை கொல்ல வந்தார்கள்!..அந்த அபாயத்தில் இருந்து, இவர்தான் என்னை காப்பாற்றினார்!...நாகினியும், வேங்கி நாட்டு வேந்தன் தலையன் ராஜாளியும், நேரில் சந்தித்து, நமது நாட்டுக்கு எதிராக செய்த சதிகள் குறித்த உரையாடலை நானே எனது கண்ணால் பார்த்தும், செவியால் கேட்டும் இருக்கிறேன்!"...அதுமட்டுமல்ல,

அந்த பாதகி நாகினி, இவரை கொல்ல குறுவாளை செலுத்தி, குன்றிலிருந்து தள்ளியும் விட்டு இருக்கிறாள்!"... அதையெல்லாம், பெரிதாக எடுத்துக் கொள்ளாமல் நமக்கு உதவ வந்தவரை, வரவேற்று ராஜ உபசாரம் செய்யாமல், இப்படி சபையில் வைத்து அவமானம் செய்வதை இனியும் என்னால் ஏற்க முடியாது" என்று வெகுண்டு எழுந்தாள் வீரமர்த்தினி..

குழந்தாய்!..என் செல்ல மகளே! நாகரீகம் அறியாதவன் உனது தந்தை அல்ல..நீ விபரம் அறியாதவள். அரசியல் தெரியாதவள்..இந்த வஞ்சகன் உன்னை ஆசை வலையில் வீழ்த்தி, இந்த ராஜ்ஜியத்தை குலைக்கப் பார்க்கிறான். இவன் வம்ப நாட்டு ஒற்றன்தான்! அதில் சந்தேகமே கிடையாது"...என்று சொன்னார் அரசர்.

எதை வைத்து அப்படி ஒரு உறுதியான முடிவுக்கு வந்து விட்டீர்கள்?

உனக்கு நிரூபணம் வேண்டும். அவ்வளவுதானே...."யாரங்கே!"..அவனை அழைத்து வாருங்கள்..

வீரர்கள், ஒருவனைப் பிடித்து அழைத்து வந்து, அவனை சபையில் அனைவர் முன்பாகவும் நிறுத்தினார்கள்!..அவனின் உடல் முழுக்கவும், இரும்புச் சங்கிலிகள் பிணைக்கப்பட்டு இருந்தது!"...

"இவன் வேங்கி நாட்டு சேனையின் உப தளபதி".. இவன் தலைமையில், ஆயிரம் வீரர்கள் நமது கோட்டையின் தெற்குப்புற காட்டுப்பகுதியில் ஒளிந்து கொண்டிருந்தார்கள்!. அத்தோடு, நமது கோட்டைக்குள் புகவும் முயற்சியை மேற்கொண்டார்கள்! அவர்கள் அனைவரையும், நமது வீரர்கள் முற்றுகையிட்டு, தடுத்தி, சிறைப்படுத்தி வைத்து இருக்கிறார்கள்..இதற்கு என்ன

அர்த்தம்? உனது விளக்கம் என்ன? என்று அதிரனைப் பார்த்து கேட்டர் அரசர்.

தந்தையே! எனக்கு அது குறித்தும் தெரியும், என்னிடம் கலந்தாலோசித்த பிறகுதான் "நமக்கு உதவி செய்ய, அவரின் துணைப் படைகளை, அவரது சிநேகிதர் உப தளபதி மூலமாக திரட்டி வரப் பணித்தார்" என்று விளக்கி, பதில் கூற வீரமர்த்தினின் முற்பட்ட போது...அந்நேரம், "மலை நாட்டு, பல்லவ சிற்றரசரே! அதற்கான பதிலை நான் கூறுகிறேன்" என்று சொல்லியபடி ஓலையுடன் உள்ளே நுழைந்தான் வேங்கி நாட்டு தூதுவன்"..

# அத்தியாயம்– 35

"இவன் பச்சை துரோகி" அதில் மாற்று கருத்துக்கு இடமே கிடையாது" என்று சொல்லிவிட்டு, அதிரனை நெருங்கி வந்த தூதுவன் "நன்றி கெட்ட தனமாக நடந்து விட்டாயே! உன் மீது நமது வேந்தர் எவ்வளவு அபிமானமும், நம்பிக்கையும் கொண்டிருந்தார்..அதையெல்லாம் தவிடு பொடியாக்கிவிட்டாயே!" "துரோகி! துரோகி! என்று கடும் சொற்களை வீசிவிட்டு, பல்லவ சிற்றரசரை வணங்கியவன்..."வேந்தே! எங்கள் வேங்கி நாட்டு வேந்தர் இந்த ஓலையை கொடுத்து அனுப்பி இருக்கிறார்" என்று பணிந்தபடி அவரிடம் நீட்டினான்..

ஓலைச் சேதி என்ன?

" எல்லாம் நல்ல சேதிதான்! ..வேங்கி நாட்டு படைத் தளபதி அதிரன், நம்பிக்கை துரோகம் இழைத்துவிட்டான்!".. அவன், உயிருக்கு பயந்து அடைக்கலம் வேண்டி உங்கள் கோட்டைக்குள் அடைக்கலம் புகுந்து இருக்கிறான்!.. அவனது தலையை தாங்கள் ஒப்படைத்தால், போரினை நிறுத்திவிடுவதாகவும், படைகளை திரும்பப் பெறுவதாகவும், மேலும் உங்களோடு சமாதானம் விரும்புவதாக சொல்லி அனுப்பி இருக்கிறார். மேலும் இரு நாட்டு நட்புறவு பலப்பட, உங்கள் மகள் வீரமர்த்தினியை, அவரது தமையனுக்கு மணம் முடிக்க விரும்புவதாகவும் சேதி சொல்லி அனுப்பி இருக்கிறார்".. என்று சேதி தெரிவித்தான் அந்த தூதுவன்....

அதைக்கேட்ட வீரமர்த்தினி "இதற்கு, ஒருபோதும் நான் இசைவினை தெரிவிக்க மாட்டேன்!" என்று சட்டென பதில் சொன்னாள்!

சிலகணம், யோசனையில் மூழ்கிய பல்லவ சிற்றரசர் "சற்றும் குழப்பம் விளைந்து இருக்கிறது!. எனக்கு முடிவெடுக்க, சற்று அவகாசம் வேண்டும். நான் ஆலோசித்து, பிறகு, எனது முடிவினை தெரிவிப்பதாக, உங்கள் மன்னரிடம் சென்று தெரிவி" என்று சொல்லி, தூதுவனை அங்கிருந்து அனுப்பி வைத்தார்..

மீண்டும் சில கணம், தமது அரியணையில் அமர்ந்து தீர்க்க சிந்தனையில் ஆய்ந்தவர், அதிரனை அடிக்கடி நோக்கவும் செய்தார்..பிறகு, "வம்ப நாட்டு படைத் தளபதியை விடுவியுங்கள்!"...என்று ஆணையிட்டார்...

அப்படியே, அதிரனை அணுகியவர், "நீங்கள் கூறியது உண்மைதான் போலும்" இப்போது என்ன செய்வது? உங்கள் தலைக்கு இவ்வளவு கிராக்கி இருக்கும் என்றும் இப்போதுதானே தெரிய வருகிறது, என்று சொல்லிவிட்டு கல கலவென சிரிக்கத் தொடங்கினார்..

ஆமாம்..எனது தலை சற்று பெரியதாக இருப்பதால், அதற்கு கூடுதல் கிராக்கி இருக்கத்தானே செய்யும், என்று சொன்னவன், அப்படியே வீரமர்த்தினியை அணுகி, "என்னை மன்னிக்க வேண்டும்! நான் யார் என்ற உண்மையை உன்னிடம் மறைத்தது தவறுதான்.. நான் வேண்டுமென்று அப்படி செய்யவில்லை..எங்கே நான் உண்மையைக் கூறினால், நீ எனது காதலை மறுத்துவிடுவாயோ, என்ற அச்சம்தான் காரணம்...என்று கூறி அவளிடம் மன்னிப்பு கேட்டான் அதிரன்..

"பரவாயில்லை...ஆண் மக்கள் உள்ளத்தில் இருப்பதை வெளிப்படையாக உரைப்பதே அரிது! நீங்களாவது

உண்மையை உரைத்ததற்கு நன்றி என்று சொன்னாள் வீரமர்த்தினி..

அதை காதில் வாங்கிக் கொள்ளாத அதிரன், "அரசே! ஆணையிடுங்கள்!.."கொட்டுங்கள் போர் முரசை"... அவர்களை நான் வென்று காட்டுகிறேன்...என்று சூளுரைத்தான் அதிரன்....

தலையத் திருப்பி வீரமர்த்தினியை நோக்கினார் வேந்தர்!..அவள் அவரின் முகத்தை ஏறிட்டு, "எனது காதல் உண்மை..எனது காதலரும் உண்மையானவர்.. மேற்கொண்டு தாங்கள் எத்தகைய முடிவினை எடுத்தாலும்...? என்ற நோக்கில், அவரின் பதிலுக்காக தவித்துக் கொண்டிருப்பது நன்றாக புலப்பட்டது!..

அதனை கூர்ந்து கவனித்தவர் இந்த நொடியில் இருந்து, நமது சிற்றரசின் புதியத் தளபதி நமது அதிரர்! "கொட்டுங்கள் போர் முரசை" என்று அறிவித்துவிட்டு கம்பீரமாக தனது மீசையை தடவிய சிற்றரசர்.."இந்த உலகில் எனது மகளை விட, அவளின் சந்தோசத்தை விட, எனக்கு வேறொன்றும் பெரியது இல்லையம்மா" என்று சொன்னார்..அப்போது அவரின் விழியின் ஓரத்தில் சிறிதாக கண்ணீர்த் துளி ஊற்றெடுக்கத் தொடங்கியது."

"உங்களின் நம்பிக்கையை ஒருபோதும் வீணடிக்க மாட்டேன்!" என் மீது நம்பிக்கை வைத்த உங்களின் நோக்கத்தை நிச்சயம் நிறைவேற்றிக் காட்டுவேன்" என்று சொன்ன அதிரன், அவரை வணங்கிவிட்டு, உங்கள் நாட்டு படைத் தளபதியும் என்னோடு இணையாக செயல்படட்டும்" என்று அவரையும் உடன் வைத்துக்கொண்டு, "போரினை எதிர்கொள்ளும் வியூகத்தைக் குறித்து அனைவரோடும், ஆலோசனையில் தீவிரம் செலுத்தினான் அதிரன்....

அவனது வியூகப்படி, போரினை எதிர்கொள்ளும் திட்டம் தெளிவாக முடிவு செய்யப்பட்டு, அதனை, செயல்படுத்தி வெற்றிக்கனியை பறிக்கும் முனைப்பில் அனைவரும் செயல்படத் தொடங்கினர்..

அதன்படி, அதிரனின், உபதளபதி தலைமையிலான ஆயிரம் வீரர்கள், தெற்குப் புறத்தில் இருந்தும், ஏனைய மூவாயிரம் பல்லவ சிற்றரசின் மலைநாட்டு சேனைகள், பிற திசையில் இருந்தும், வம்பநாட்டு வீரர்களோடு போர்க்களத்தில் மோதுவது என்று முடிவு செய்யப்பட்டது!"..

திட்டமிட்டபடி, போர் தொடங்கியது!.."திறமையான யுத்த வியூகம், நேர்த்தியான திட்டம், வீரர்களின் எழுச்சி, ஒருமித்த தாக்குதல்" என அனைத்தும் கனக் கச்சிதமாக நிறைவேற்றத் தொடங்கியதால், போர் ஆரம்பித்த சில நாழிகையில், ஜெய தேவி அதிரனின் பக்கமாக, உறுதுணையாக நின்றாள்..

மறுமுனையில் போரிட்ட வம்பநாட்டு வீரர்கள், வழிநடத்த வேண்டிய தளபதி இல்லாத காரணத்தாலும், உள்நாட்டில் திடிரென்று தோன்றியிருந்த புதிய கலகத்தாலும், குழப்பத்திலும், மற்றும் மனக் கலக்கத்திலும் நிலைகுலைந்து இருந்தனர்.. அதனால், வீரியம் குறைந்து, போரில் மடியவும், எஞ்சியவர்கள் பின்வாங்கவும், தொடங்கினர்!..

அடுத்த சில கண நேரத்தில், "பல்ல சிற்றரசின் சேனையில் இருந்து, போரின் வெற்றிக்கான, "வீர முரசு முழங்கும் ஓசை" பலமாக ஒலிக்கத் தொடங்கி விட்டது!"..

# அத்தியாயம் - 36

"மலைபோல வந்த வினை எல்லாம் பனி போல விலகிவிட்டது" அதிரனின் வாக்கு நிறைவேறிவிட்டது! "எல்லாம், சுபமாக நடந்தேறி இருக்கிறது"!"இனி, வம்பநாடும் நம் வசம் வீழ்ந்துவிட்டது!.. அதிரனின் வீரமும், புகழும் நாடறியும் வண்ணம் நிலைத்து விட்டது!"

பிறகென்ன?.....

"பல்லவ தேசத்து, மலைநாட்டு சிற்றரசின் ராஜ்ய குடிமக்கள், அதிரனை தங்கள் நாட்டு குடிமகனாக பாவித்து அவனை தலையில் தூக்கி வைத்து கொண்டாத் துவங்கி விட்டனர்!"..

திசைகள் எட்டிலும், "அதிவீரர் அதிரர்...வாழ்க!".. வாழ்க! வாழ்க! என்ற கோஷம் விண்ணதிர எழும்பியது!".. மலை நாட்டு கோட்டை முழுக்க, திரளாக குடிமக்கள் கூடியதால், அங்கு ஆர்பரிப்பும், ஆராவாரமும் தலைத் தூக்க ஆரம்பித்தன..

அப்போது, கோட்டை மீது வந்து நின்று மக்கள் முன்பாக தோன்றிய மலைநாட்டு சிற்றரசர், "எனது பல்லவ தேசத்து அருமை குடிமக்களே! உங்களுக்கு ஓர் நற்செய்தி! "நமது வெற்றியின் வீரத்தைப் போற்றி, அதனை, கொண்டாடும் இந்த வேளையில், அதற்கெல்லாம் காரணமாக இருந்தவரை கெளரவிக்கும் விதமாக, எனது ஒரே மகள், உங்களின் மனம் கவர்ந்த இளவரசி வீரமார்த்தினியை,

மாவீரன் அதிரனுக்கு, விவாகம் செய்து வைத்துவிட்டு, எனது ராஜ்ஜியப் பொறுப்பில் இருந்து நான் விலகிக் கொள்ளலாம்" என்று முடிவெடுத்து விட்டேன்!" அத்தோடு, மலைநாடு மற்றும் வெம்ப நாட்டினை அரசாளும் ராஜ்ஜியப் பொறுப்பினையும், அவருக்கு வழங்க முடிவு செய்து இருக்கிறேன்" இதற்கு, "நீங்கள் அனைவரும், ஏகோபித்த ஒத்துழைப்பினை வழங்குமாறு கோருகிறேன்" என்று சொன்னார்.....

அதற்கு, குழுமியிருந்த அமைச்சர் பெருமக்களும், குடிமக்களும் அக்கணமே, தங்களின் ஏகோபித்த ஆதரவினை தெரிவித்தனர்!"...

"உண்மை!"..உண்மை!..நமது மலைநாட்டின் மானத்தை காத்தவர் அதிரர், அவர் வேற்று தேசத்தை பூர்வீகமாக கொண்டவராக இருந்தாலும், நமது இளவரசியின் மீது கொண்ட அன்பின்பால், நமக்காக, இதையெல்லாம் செய்து முடித்து, அவரின் காதலின் ஆழத்தை நமக்கெல்லாம் நிரூபித்துக் காட்டியிருக்கிறார்!".. .....ஆகையால், அவருக்கு கிட்ட வேண்டிய சன்மானம் என்று பார்த்தால், நமது இளவரசியை மணம் முடித்து, இந்த ராஜ்ஜியத்தை ஆளுவதைக் காட்டிலும், மிகப் பெரிய பரிசினை நாம் அளிக்க வேண்டும்.." இருப்பினும், அவருக்கு, நமது சிற்றரசின் விருப்பம் பூர்த்தியாகும் வகையில், நாமெல்லாம் உடனிருந்து, பக்கபலமாக நிற்போமாக" என்று அவர்களில் மூத்த அமைச்சர் ஒருவர் முன்மொழிய, மக்கள் வெள்ளம் மீண்டும் ஆர்ப்பரித்தனர்!"..

"நல்ல காரியங்களை தள்ளிப் போடக்கூடாது என்று சொல்வார்கள், நாட்டு மக்களும், இராஜாங்க பெருங்குடிகளும் இங்கே திரளாக குழுமியிருக்கிறோம்!". அத்தோடு, காஞ்சியில் இருக்கும், மகாபல்லவ சக்கரவர்த்தியும், இதற்கு ஒப்புதல் கொடுத்துவிட்டார்!".

ஆகையால், இக்கணமே வீரமர்த்தினிக்கு விவாகம் நடத்தி, அதிரனை அரசனாக, அறிவித்து முடிசூடி விடலாமே? என்று சிற்றரசருக்கு ஆலோசனை சொன்னார்கள் கூடியிருந்த அமைச்சர் பெருமக்கள்!"...

"ஆம்"..அதுவும் சரிதான்!...உங்கள் விருப்பபடியே செய்யுங்கள்!..ஆக, வேண்டிய காரியத்தை அமைச்சர் பெருமக்கள், பெருந்தரத்து மக்கள், குடிகள் சகிதம் உடனிருந்து அந்த நற்காரியத்தை நிறைவேற்றுங்கள்" என்றார் சிற்றரசர்..

அந்நேரம், "அதிரனின் வலது கரம், வீரமர்த்தினியின் இடக்கரத்தை வலுவாக பற்றியிருந்தது!..அவள், அவன் தோளோடு சேர்ந்து நின்று உரசியபடி, வெட்கத்தோடும், உற்சாக மிகுதியிலும் இருந்து கொண்டிருந்தாள்!"...

அந்த வேளையில், "அதிரன் தனது இடது கரத்தை உயர்த்தி குடிமக்களைப் பார்த்து கையசைத்தான்..

அதனைப் பார்த்த மக்களிடம் "மீண்டும் உற்சாக கூச்சலும், வாழ்த்தொலிகளும் எழும்பின!"..

கேட்கும் திசையெங்கும், "வாழ்க வீர அதிரர்!.. வாழ்க அதிரர் புகழ் " என்றே சில கண நேரம் ஒலித்துக் கொண்டிருந்தது!"..

அக்கணம், அந்த பேரிரைச்சலுக்கு மத்தியில், திடீரென ஒரு மயான அமைதி ஏற்பட்டது! அக்கணம், அதிரனின் செவியில், கூட்டத்தில் இருந்து அவனை நோக்கி "அப்பா... அப்பா!"..என்று மழலைக் குரலில், யாரோ அழைப்பது போன்ற பிரம்மை, அவனுக்கு தோன்றியது!...

அந்த சத்தத்தை, மீண்டும் தனது செவிகளை கூர்தீட்டியபடி, கேட்கத் தொடங்கினான்..அது, அவனது குழந்தைகளின் குரல்தான்" என்பது அவனுக்கு உறுதியாகியது!..

அதைக் கேட்டு அதிர்ச்சியுற்றவன் "கூட்டத்தை நோக்கி, தமது கூர்மை வாய்ந்த விழிகளை அங்கும் இங்கும் செலுத்தினான்!"..

"எதிரில், அவனது குழந்தைகள் யாரும் தென்படவில்லை!"..

பிறகு, வழக்கம் போல அதே பெருங் கூச்சலும், ஆராவாரமும் கேட்கத் தொடங்கியது"

அந்நேரம், அவர்களின் விவாகத்துக்கும், முடிசூடும் வைபோக நிகழ்வுக்கும், புரோகிதார்கள் சூழ்ந்த, ராஜ யாகசாலை குண்டத்தில் நெருப்புச் சுவாலை எரியப் விடப்பட்டதால், "குபுகுபு"வென புகை கிளம்பத் தொடங்கியது..

சில கண நேரத்திலேயே, அதிலிருந்து எழுந்த புகை மூட்டம், அந்த பகுதி முழுவதும் வியப்பிக்கத் தொடங்கியது!"

அதனால், திடிரென்று அதிரனுக்கு முன்பாக தோன்றிய காட்சிகள் அனைத்தும், இருட்டடிப்பு செய்தது போல இருந்தது!..."அவனது கண்கள் கூசின"..அவன் எதிரில் தெரிந்த காட்சிகள் எதையும், அவனால் இப்போது தெளிவாக பார்க்க முடியாமல் போனது"!".

"நமது விழிகளுக்கு என்ன ஆயிற்று?" என்ற யோசனையில், விழிகளை கசக்கியபடியே, தம்மைச் சுற்றி ஒருமுறை மீண்டும் நோட்டம் விடத் துவங்கினான் அதிரன்!..

அப்போதும், அவன் முன்பாக இருந்த அரசவை, குடிமக்கள், அவர்களின் ஆராவரம், என எல்லாமும் மறைந்து வெறுமையாக காட்சியளித்தது"!...

அவன் மட்டும், ஒரு நடுக்காட்டினில், தனிமையில் நிற்பது போன்று உணர்ந்தான் அவன்!

அதிரனுக்கு, ஆச்சர்யமும், குழப்பமும், மற்றும் அதிர்ச்சியும் ஒரு சேர ஏற்படத் தொடங்கியது"!....

"இது எப்படி சாத்தியம்?" என்ற யோசனையோடு, அவளின் தோளோடு தோளாக நின்ற வீரமர்த்தினியை நோக்கி திரும்பிப் பார்த்தான்!"..

அவள்,...முன்பிருந்த நிலையிலேயே, அவனது தோள்களை உரசியபடி புன்னகை கலையாத முகத்தோடு நின்று கொண்டிருந்தாள்..

"அவனது வலக்கரத்தை கூர்ந்து நோக்கினான்.." அது, இன்னமும் அவளை கெட்டியாக பிடித்துக் கொண்டிருந்தது!"..

அடுத்த நொடியில், மீண்டும் குடிமக்களின் ஆராவாரமும், ராஜ வாத்தியங்களின் முழக்கமும் சட்டென்று எழும்பத் தொடங்கி, அவன் செவிகளை அப்பிக் கொண்டிருந்தது.!..

"வழக்கம்போல உற்சாகம் கொண்டவன், அவன் முன்பாக, கோஷம் எழுப்பிக் கொண்டிருந்த குடிமக்களை நோக்கி, விழா மேடையில் இருந்து உற்சாகமாக தமது இடக்கையை மேலே உயர்த்தி, அவர்களைப் பார்த்து மீண்டும் கையசைத்து, மகிழ்ந்து கொண்டிருந்தான் அதிரன்!"..

அவ்வேளையில், அவனது மனைவி யாழினி அவனது பிள்ளைகளோடு, கண்ணீரும் கம்பலையுமாக அக்கூட்டத்தின் ஒரு மூலையில், நின்று கொண்டிருப்பதைப் பார்த்து" சட்டென்று அதிர்ச்சியுற்றான்..

மீண்டும், தமது பார்வையை திருப்பி வீரமர்த்தினியை நோக்குகிறான்!..''அவளும் அவனை நோக்கி புன்முறுவலை உதிர்த்து, அவன் தோளோடு இன்னமும் நெருக்கம் கூட்டுகிறாள்!''..

பிறகு, அவன் கரங்களை நோக்குகிறான்!..அது இன்னமும், வீரமர்த்தினியின் கரங்களை, பழையபடி இறுகவே பற்றிக் கொண்டிருக்கிறது!....

திரும்பவும், அவன் யாழினியையும், அவன் குழந்தைகளும் நின்று கொண்டிருந்த இடத்தை நோக்குகிறான்..

அங்கே, யாரும் இல்லை!''..

மீண்டும் பார்வையை, கூட்டத்தை நோக்கியே செலுத்துகிறான்!..எங்கு நோக்கினும் அவர்கள் தென்படவில்லை!...ஒருவேளை மாயையோ? என்று யோசித்துக் கொண்டிருந்த வேளையில், திடீரென ஒரு நொடி நேரம் டாக்டர் பிரான்சிஸ் தோன்றி மறைகிறார்..

அவரை பார்த்த அடுத்த நொடியில், ஆதித்யாவின் மூளை உஷாராகி, துரிதமாக செயல்படத் தொடங்குகிறது''!

ஆயினும், சில நிமிட இடைவெளியில் எதுவும் நிலையாக இருப்பது போன்ற காட்சிகள் எதுவும் அவன் விழிகளில் தெரியாமல், சட்டென்று கூட்டம் தெரிவதும், மறைவதும், கூச்சலும் குழப்பமும் ஏற்படுவதும், அடுத்த நொடியில் மயான அமைதி தோன்றுவதுமாக இருந்து கொண்டிருக்கிறது''

அந்த வேளையில், காற்று பலமாக வீசத் தொடங்கியது. அதனால், ஹோமக் குண்டத்தில் எழுப்பி இருந்த நெருப்பில் இருந்து, கிளம்பிய புகை அவனது முகத்தில் அப்பத் தொடங்குகிறது''

புகையின் நெடியும், அதில் கலந்து வந்த தூசும் அவன் விழிகளைத் தாக்க, சட்டென்று, தமது இரு கைகளாலும் அவன் இரு விழிகளை கசக்க ஆரம்பிக்கிறான் அதிரன்!"....

அந்த கசங்கிய விழிகளோடு தமக்கு எதிராக இருந்த குடிமக்கள் கூட்டத்தை நோக்குகிறான் அதிரன்..அவனுக்கு பேரதிர்ச்சி உண்டாகிறது"

அதாவது, யாரை இவ்வளவு நேரம், இன்முகம் பொங்க, கொண்டாடிக் கொண்டிருந்தார்களே, அவனை, அதாவது என்னை நோக்கி அந்த பல்லாயிரக்கணக்கான விழிகள் கோபத்தை வெளிப்படுத்தியபடி, உக்கிரமாக நோக்கிக் கொண்டிருக்கிறது"

அதற்கான காரணம் புரியாமல், நான் மீண்டும் அவர்களைப் பார்க்கிறேன்...

அவர்கள் என்னைப் பார்த்த அடுத்த நொடியில், பக்கவாட்டில் அவர்களின் பார்வையை செலுத்துகிறார்கள்...

நானும் அது என்ன என்று தெரிந்து கொள்ளும் ஆவலில் அப்புறம் எனது பார்வையை செலுத்துகிறேன்...

அங்கே, அந்த இடத்தில் கூடியிருக்கும் ஆயிரக்கணக்கான முகங்களும், எனது மனைவி யாழினி முகமாகவும், எனது குழந்தைகள் முகமாகவும் தெரியத் தொடங்குகிறது"...மீண்டும் குழப்பம் கொள்கிறான்!..

அதைப்பார்த்து திகைப்பின் உச்சிக்கு செல்கிறான்!... குடிமக்களின் கோபத்துக்கு காரணம் என்ன என்பதையும் உணர்கிறான்!.

அடுத்த கணம், அவனுக்கு எதுவும் சுத்தமாக விளங்கவில்லை!" அங்கு என்ன நடக்கிறது? "யார் அந்த பெண்ணும், குழந்தைகளும் என்று கேட்டபடியே, பக்கத்தில் நின்று கொண்டிருந்த வீரமர்த்தினியை நோக்குகிறான்!...

ஆனால், அவள், "அவனின் அருகில் இல்லை!..

அவள், சற்று விலகி, கோவத்துடன் மார்பு புடைக்க, "விம்மி விம்மி" அழுது கொண்டிருக்கிறாள்!..

அதைப் பார்த்து பதறியவன், அவளை தேற்றுவதற்கு, சில அடிகள் முன்னே வைத்து, அவளை நெருங்க முனைகிறான்.

அதிரன் நெருங்குவதை அறிந்தவள், "வேண்டாம்! என்று கையை நீட்டித் தடுக்கிறாள்.!.

"நான் என்ன பிழை செய்தேன்..அப்படி என்ன தவறினை இழைத்து விட்டேன்? ஏன் குடிமக்களும், நீயும் என் மீது வெறுப்பை உமிழ்கிறீர்கள்? என்று கோவமாக கேட்டான் அதிரன்..

"எனது கரங்களை விட்டுவிட்டீர்களே!".....என்னை, "உதாசீனம் செய்து விட்டீர்களே"!..உங்களையே, "வாழ்க்கை என்று நம்பி வந்த, என்னை ஏமாற்றி விட்டீர்களே"..இனி முதற்கொண்டு, நீங்கள் யாரே!..நான் யாரோ!....என்று அனல் பொறிக்கும் வார்த்தைகளை அவள் உதிர்க்கிறாள்..

அப்போதுதான் ஆதித்யா அதை உணர்கிறான்... அதாவது, இவ்வளவு நேரமாக, விடாமல், இறுகப் பற்றிக்கொண்டிருந்த அவளின் வலக்கரத்தை சற்று முன்னர் விடுவித்தது அவனது நினைவில் வந்து போனது" அதை நினைத்து பேரதிர்ச்சி உற்றவன் "நான் வேண்டும் என்று செய்யவில்லை" தற்செயலாக....என்றான்...

"போதும்" நீங்கள் கூறும் எந்த விளக்கத்தையும், இனிமேல் நான் ஏற்கப் போவது கிடையாது"

வீரமர்த்தினி!...உனக்கு, "என்ன ஆயிற்று?" என்னை விட்டு, நீ எப்படி பிரிந்து இருப்பாய்? "வேண்டாம்! தற்செயலாய் நடந்த தவறுக்கு என்னை தண்டித்து

விடாதே" என்னை விட்டு நீங்கி விடாதே!"... என்று ஆதித்யா சொன்ன போது..

அவன் நின்று கொண்டிருந்த இடம், இரண்டாக பிளக்கிறது! பூமி பிரளயமோ என அச்சுறுகிறான் ஆதித்யா!..

ஒருபுறம், "அந்த ராஜ்ஜியமும் ராஜ்ஜியத்து மக்களும், அவனது காதலி வீரமர்த்தினியுமாக இருக்க!" மறுபுறம், இவனும், யாழினியும், அவன் பிள்ளைகளுமாக இருந்தனர்!"..

"ஆம்".. இந்த பிளவு....வெறும், நிலப்பிளவு மாத்திரமல்ல!..நமது, மனப் பிளவும் கூட!..அவ்வளவு ஏன், இது நிரந்தரப் பிளவும்தான்"...எத்தகைய சூழ்நிலை வாய்த்து இருந்தாலும், நீங்கள் வாக்குக் கொடுத்தபடி, நீங்கள் பிடித்திருந்த எனது கரங்களை, ஒருபோது விடுவித்து இருக்கக் கூடாது!" என்று சொல்லி கண்ணீர் வடிக்கத் தொடங்குகிறாள் வீரமர்த்தினி

"நான் வேண்டுமென்று அப்படி செய்யவில்லை".."என்னை மன்னித்துவிடு!"....அன்று பற்றிய உனது கரங்களை நான் ஒருபோதும் விடமாட்டேன்" என்று உனக்கு வாக்கு கொடுத்திருந்தும், நான் அப்படி செய்தது பெரும் பிழைதான்!"..."நான், உனது கரங்களை விடுத்தது தவறுதான் ... "என்னை ஏற்றுக்கொள்!".. நான், மீண்டும் உன்னுடனே சேர்ந்து கொள்கிறேன்"..என்று சொல்லி முடித்து, அவள் இருந்த இடத்தை நோக்கி தாவி குதிக்க முயல்கிறான் ஆதித்யா..

ஆனால், அவனால், "ஒரு இஞ்ச் கூட நகர முடியவில்லை"!

அடுத்த நொடியில், "பிளவுபட்ட இடம் ஒன்று சேர்கிறது!"..

அவன் கண்முன் விரிந்திருந்த அந்த அரசவை, அவனை சுற்றுகிறது! அவனுக்கு தலை சுற்றுகிறது! பிறகு, "அவன் கண் முன்பாக விரிந்திருந்த காட்சிகள் எல்லாம், " மெல்ல மெல்ல" உருகியபடியே கலையத் தொடங்குகிறது!"..

அங்கிருந்த கோட்டை, கொத்தளங்கள், வீரர்கள், மனிதர்கள் என அனைத்தும் காற்றில் கலந்தபடியே மறையத் தொடங்குகிறது!"...

அவனது விழிகள், நோக்கிய திசையெங்கும், அத்தகைய காட்சிகளே நாலாபுறமும் அரங்கேறிக் கொண்டிருந்தன!"....

இறுதியாக, ஆதித்யாவின் விழிகளை கூர்ந்து நோக்கியபடி, அவனை அணுகி வருகிறாள் வீரமர்த்தினி!"

அதனைப் பார்த்து உவகை கொண்ட ஆதித்யா, மிகுந்த சந்தோசம் கொள்கிறான்..

அவனை நெருங்கி வந்தவள், தொட்டுவிடும் தூரத்தில் கொஞ்சம் கொஞ்சமாக "உச்சந்தலையில் தொடங்கி பாதம் வரை" அப்படியே காற்றோடு காற்றாக கரைந்து, மறைந்தும் போகிறாள்!"...

அதனை கண்டவன், "வேண்டாம்!"..."வேண்டாம்!", என்னை விட்டு போகாதே!" என்று பலத்த அலறலை உதிர்த்தான்!..

நான் உங்களை விட்டும் எங்கும் போகக் கூடாதா?..

உங்களை விட்டு...

எங்கும்...

கூடாதா?...

ஏங்க...ஏங்க,,, என்ன ஆயிற்று உங்களுக்கு? ஏன் வழக்கம் போல உளற ஆரம்பிச்சிட்டீங்க!..புதுசா ஏதாவது கனவு கண்டிங்களா?

ஆதித்யா, விழிகளை திறந்து பார்த்தபோது, அவனருகே அவனது மனைவி யாழினி தெரிந்தாள்!"..

"வழக்கமான அர்ச்சனைகளை பொழிந்த வண்ணம் இருந்த யாழினி, "ஏங்க!"..இன்னைக்காவது சீக்கிரம் எழுந்து கிளம்புங்க..இன்னைக்கு தேதி என்ன தெரியுமா? ஏப்ரல் 10, உங்களோட பிறந்த நாள், அது கூட மறந்து போய் இருப்பீங்களே? சீக்கிரம் வந்தா நான் உங்களோட கார்ல வருவேன்..இல்லன்னா, நான் பசங்கள கூட்டிகிட்டு, என் காரை எடுத்துகிட்டு கிளம்பி போய்டுவேன்"..அப்புறம், "நீங்க தனியாகத்தான் கோவிலுக்கு வரணும்!" என்று அவனை அவசரப்படுத்திவிட்டு,, அப்படியே கிச்சனுக்கு சென்று, அங்கே, ஆவி பறந்து கொண்டிருந்த, இட்லி குக்கரை இறக்கி வைக்கத் தொடங்கினாள்!"..

"நானும் வருகிறேன்! அனைவரும் சேர்ந்தே கோவிலுக்கு செல்வோம்" என்று சொல்லிவிட்டு குளியலறை நோக்கி விரைந்தான் ஆதித்யா...

அடுத்த சில மணி நேரத்தில், அவர்களின் குலதெய்வம் கோவிலை நோக்கி கார் போய்க் கொண்டிருந்தது...

அப்போது ஆதித்யா, தமது வலக்கரத்தை எடுத்து, யாழினியின் இடக்கரத்தை வலுவாக பற்றத் தொடங்கினான்!..

ஆதித்யாவின்,"உறுதியான அந்த கைப்பிடியானது, "நிலையாக எப்போதும் இருந்து கொண்டிருக்கும்" என்ற புதிய நம்பிக்கையை யாழினிக்கு கொடுத்தது!"..

(முற்றும்)